கண்ணதாசன் கவிதைகள்

தொகுதி 6

கவிஞர் கண்ணதாசன்

கண்ணதாசன் பதிப்பகம்

23, கண்ணதாசன் சாலை
தியாகராய நகர், சென்னை 600 017,
போன் 2433 2682 / 2433 8712
கோவை | மதுரை | பாண்டி

முதல் பதினெட்டு பதிப்புகள் - வானதி பதிப்பகம்
முதற் பதிப்பு : ஜனவரி, 2012
நான்காம் பதிப்பு : ஆகஸ்ட், 2019
ஐந்தாம் பதிப்பு : மார்ச், 2023

Copyright © 2010 Kannadhasan Pathippagham. All Rights Reserved

E-mail: sales@kannadasan.co.in
Our Website: www.kannadasan.co.in

பதிப்பாசிரியர்: காந்தி கண்ணதாசன்

எச்சரிக்கை

காப்பிரைட் சட்டத்தின் கீழ் பதிவு பெற்றுள்ள இந்நூலில் இருந்து எப்பகுதியையும் முன் அனுமதியின்றி பிரசுரிக்கக்கூடாது. தவறினால் சிவில், கிரிமினல் சட்டங்களின்படி நடவடிக்கை எடுக்கப்படும்.

- காந்தி கண்ணதாசன் பி.ஏ., பி.எல்.,

No Part of this book may be reproduced or transmitted in any form or by any means electronic or mechanical including photocopying or recording or by any information storage and retrieval system without permission in writting from Gandhi Kannadhasan, B.A., B.L., Chennai.

Price Rs: 250/-

KANNADHASAN KAVITHAIGAL- VOL.6 - *Tamil*
Selected Poems of Poet Laureate Kannadhasan

- ❖ Written By : Poet Laureate Kannadhasan
- ❖ Fifth Edition : March, 2023
- ❖ Publishing Editor : **Gandhi Kannadhasan**
- ❖ Published By : **Kannadhasan Pathippagham**
  23, Kannadhasan Salai,
  Thiyagaraya Nagar, Chennai - 600 017.
  Ph: 044-24332682 / 8712 / 98848 22125

ISBN: 978-81-8402-625-2

Our Branches :

- No: 1212, Range Gowder Street, **Coimbatore** - 641001
  ☎ : 0422 - 4980023 / 98848 22139
- No.1, Annai Complex, III Street, Vasantha Nagar, **Madurai**-625 003.
  ☎ : 0452 - 4243793 / 98848 22126
- No. 37, Bharathy Street, **Puducherry** - 605 001.
  ☎ : 0413 - 4201202 / 98848 22128

Printed at : Vasan Print Mft. Co, Chennai - 600014.

முன்னுரை

எனது கவிதைகள் ஏற்கனவே ஐந்து தொகுதிகள் வெளிவந்துள்ளன. ஆறாவது தொகுதி இது.

பல்வேறு நேரங்களில் எழுதப்பட்ட பல்வேறு கவிதைகள் இதில் உள்ளன.

அண்மையில் நான் கம்பன் விழா நிகழ்ச்சி களில் அதிகமாகக் கலந்துகொண்டதால், அவற்றில் பாடிய கவிதைகள் சில, கணிசமான இடத்தை அடைத்துக் கொண்டிருக்கின்றன.

ஆனால், நான்காவது, ஐந்தாவது தொகுதி களைப் போல், அதிகம் அரசியல் கலப்பற்ற தொகுதியே இதுவும்.

நினைப்பதை எல்லாம் எழுதுவது என்று முடிவு கட்டிவிட்டால், ஒன்றுக்கொன்று சம்பந்த மில்லாத பல விஷயங்கள் வெளிவரும். அவை அனைத்தையும் இத்தொகுதியில் காண்கிறீர்கள்.

முன்னுரை என்ற பெயரில் இதற்குமேல் சொல்ல வேறு என்ன இருக்கின்றது?

ஏழாவது தொகுதிக்கும் விஷயங்கள் இருக்கின்றன.

வழக்கம்போல் எனது நூல்களை வெளியிடும் வானதி பதிப்பகத்திற்கும், தொகுத்தளிக்கும் என் தம்பி இராம. கண்ணப்பனுக்கும் அச்சிட்டுத் தரும் அச்சகத்திற்கும் என் நன்றி.

அன்பன்
கண்ணதாசன்

சென்னை
11-7-1976

துறை ஏழு

1. உணர்ச்சிக்களம்

1.	நல்லறம் பாடுகிறேன்	11
2.	எனது ராஜாங்கம்	13
3.	புத்தாண்டு விண்ணப்பம்	16
4.	புதிய தைப்பாவை	17
5.	உன்னை நான் காணுகின்றேன்	21
6.	வரலாமா ரகுராமா?	23
7.	கட்டளை மறந்தீரோ?	25
8.	நினைக்கத் தெரிந்த மனமே	28
9.	துணிந்து சொல்வீர்!	32
10.	யாத்திரை	34
11.	வாழ்வெலாம் நிம்மதி	37
12.	கேட்கிறேன்; சொல்லுங்கள்!	39
13.	?	42
14.	கடவுளை நம்பினால்...	43
15.	கி. பி. 2000	45
16.	நெஞ்சொடு புலம்பல்	48
17.	புத்தி இது மகளே!	52
18.	கண்ணா, என் பிரபு!	55
19.	கேள்வனே கண்ணபிரானே!	59
20.	புதியன பிறக்கட்டும்	62
21.	சொந்தம் ஒன்று வேண்டும்!	65
22.	இந்திய ஜனநாயகம்	68
23.	ஜனநாயகத்துக்கு அனுதாபம்	71
24.	இறைவன் கொடுத்த அளவு	74

6

25. பாடுவது நானல்ல 77
26. கனவில் பதிலுரைப்பாய் 80
27. காலமகள் கோலம் 84
28. தன்னை மறந்த லயம் 92
29. ஓர் இரவு 94
30. நான் மட்டும் அறிந்த கதை 97
31. ஜீவாத்மாவின் ஆசைகள் 101
32. தலைவி 104
33. பொன்னம்மா என் மனைவி 107
34. கட்டிய பொண்டாட்டி 112
35. ஆரோக்கியமான உறவு 115
36. குத்துவதேன் ஊசி?... 120
37. இடி புயல் மழையாய்... 123
38. பாருங்க சாமி--இது பாரத பூமி 125
39. கோரிக்கை 128
40. வன்முறையே நன்முறையா? 133
41. நெஞ்சில் இட்ட நெருப்பு 135

2. தேசம்

42. இந்திய வானம் 141
43. வெள்ளிவிழாச் சபதம் 143
44. பெயர் தெரியாத தியாகிகள் 145
45. சுதந்திரத் திருநாள் 155
46. இன்றைய பாரதமாதா 158
47. அன்னையின் வழியில்... 161
48. மாதராண்டு 162
49. விக்ராந்த் 165

3. வழக்குரை களம்

50. செட்டி நாட்டு மாமியார்... 171
51. செட்டி நாட்டு மனைவி... 179

7

4. கம்பன் உலா

52.	கண்ணன் என்னை...	190
53.	என் பகை	191
54.	கம்பன் விழா-1	192
55.	கம்பன் விழா-2	199
56.	தசரதனாகி இராமனை...	207
57.	நீல நிறம் மீண்டும்	215
58.	எனக்குத் தோன்றிய இது...	224

5. பக்தி உலா

59.	நாத்திகக் கருவறுப்போம்	227
60.	நாத்திகர்கோர் புத்திமதி	230
61.	கற்பக மூர்த்தி	233
62.	சபரிநாதன்	234
63.	சிவன் மகனே!	235
64.	சர்க்கரையூர் விநாயகன்	236
65.	தனிப்புகழ்	238
66.	பூமழை பொழிவதாக	241
67.	வாழ்க!	248

6. கவிதை நாடகம்

68.	சாவிலா வீட்டில்...	251

7. பல்சுவை

69.	சென்னைக்கு வந்த கம்பன்	267
70.	தீபம் போதும்	269
71.	ஆழியும் மலையும் போல்!	271
72.	தேசத்தை ஈர்த்த தமிழன்!	273
73.	ஒரு சரித்திரம்	277
74.	பேரும் புகழும் பெருவாழ்வு!	278
75.	வெண்மலர்	280
76.	தேவருக்கு மணிவிழா	281

உணர்ச்சிக்களம்

நல்லறம் பாடுகிறேன்

பைந்தார் அணிகரும் பஞ்செனும் கூந்தல்
மங்கலச் செல்வியாம் மதுரை நந் நாட்டு
அங்கயற் கண்ணி அருளிய வழிப்படி
பாண்டிய புரத்துப் பழம்பெரும் மரபின்
மாத்தூர்க் கோயில் அரும்பாக்கூ ருடையான்
பெருங்குடி வணிகன் பெருமட மைந்தன்
சாத்தப்பன் மகன் சாற்றிய அறங்கள் :
பனிமலை தலையா அலைகடல் காலா
படர்ந்தபே ருலகப் பரதகண் டத்து
குடிகள் இனங்கள் குறையொன் றின்றி
தலைமுறை தோறும் தழைத்தினி தோங்குக!
பூமணிச் செவ்வாய் பொலியும் புன்னகை
மாமணிச் சரங்கள் மலர்ந்த பொன்னிழை
மாதர் குலத்தின் மானமும் கற்பும்
அணையாக் கனலென அவனி சிறக்க
செந்நாப் புலவர் திறமிகும் மேதையர்
தன் நா வுரைக்கும் தகைமிகு சொற்கள்
மின்னாது மின்னி விரைந்து செயல்பட்டு
எந்நாளும் வெல்லும் சொல்லென ஈட்டுக!

அறமிகும் கண்டத்தை வறுமைசூ ழாது
அம்மை பிறநோய் வெம்மை அணுகாது
செம்மாந்த தோற்றமும் திறமார்ந்த பொலிவும்
சேரஇ யங்கத் தெய்வம் அருளுக!
குன்றங் கடந்தோ குமரி கடந்தோ
இன்னல் விளைக்கும் துன்னவர் கூட்டம்
படைகொண்டு வாராது பகைமை ஓடுக!
காலங்கள் தோறும் காத்தநற் பண்புகள்
கோலம் மாறாது குறைவற நிறைக!
கங்கைநீ ராட்டும் வங்கமா தேசமும்
அங்கம் கலிங்கம் ஆயஎம் புலங்களும்
தம்பாற் பசியிலும் தருவார் நிறைந்த
தென்புலம் தாமும் சேர்ந்தொன்றாய் வாழுக!
ஆயஇவ் வுரைகள் அனைத்தும் செயல்பட
மாயமைக் கண்ணனை வணங்குதும் யாமே!

☼

எனது ராஜாங்கம்

ஆமாம்; நாமோர் அரசினை அமைத்தோம்!
நாமதன் தலைவர்; நாமே தளபதி;
நாமதன் குடிமகன்; நாமே அனைத்தும்!
வரிகேட் போனும் வரிகொடுப் போனும்
நாமே யாதலால் நமக்கெது கவலை?

அல்லும் பகலும் அழகிய பெண்கள்
சொல்லும் கதையே சுவைமிகும் அரசியல்!
பக்தி வனத்திற் பறந்தும் திரிவோம்
பருவ கானத்தின் பசுமையுங் காண்போம்
கோப்பை மதுவிற் குதித்துநீ ராடுவோம்
கோவை இதழிற் கொடுப்போம்; வாங்குவோம்!

வெள்ளைக் காகிதம் விரித்துக் கிடக்க
புள்ளிப் பேனா புரண்டதை நிரப்ப
உள்ளங் களையாம் ஒத்தி எடுப்போம்!
தெள்ளிய நீரில் சிலமணி நேரம்
உட்கார்ந் திருந்து உலகினை மறப்போம்!
இறங்கிவீ ழருவி இன்னிசை கேட்டு
உறங்கிவீழ்ந் ததிலே உள்ளம் உருகுவோம்!

சலசல தென்னை சத்தங் கேட்போம்
சமைப்போம் அதிலே சக்தியின் தத்துவம்!
நாளைய உலகை நாளை அளப்போம்
இன்றுநாம் பெறுவ தின்றே முடிப்போம்!
உண்ணீர் பெருகி உவர்ப்புடன் வீழும்
கண்ணீர் நமது கணக்கினில் இல்லை!

அப்பன் அன்னை காதல் அவஸ்தையில்
இப்புவி வந்தோம் எவரிடம் கேட்டோம்!
கர்ப்பத் திருந்த காலம் வரைக்கும்
நம்மை நாமே நடத்திய தில்லை!
அங்கம் வளர்ந்து அனைத்தும் அறிந்தபின்
சிங்கம் ஓர்கையில் சிறைப்பட வில்லை!

ஆதவன் மறைக! அழகிய வெண்ணிலா
வானில் வருக! வளமார் தென்றல்
கானம் பாடுக! கன்னிப் பெண்ணெலாம்
மடியை விரித்துஇம் மன்னனை அழைக்க!
நமது ராஜாங்கம் நமக்கே சொந்தம்
ஆண்டவன் நம்மை 'அங்குவா' வென்றால்

அவனை நாம், 'நீஇங்குவா' வென்போம்!
பக்தன் அழைத்தாற் பரம்பொருள் வருவான்
பாவலன் அழைத்தாற் காவலன் வருவான்!

ஆகா! உலகம்! அற்புத உலகம்!
துன்பம் ஓடுக! தொல்லை விலகுக!
எமது ராஜாங்கத்தில் இன்பம் நிலவுக!

✷

புத்தாண்டு விண்ணப்பம்

துயரங்கள் தொலைக; வந்த
 சோதனை மறைக; மக்கள்
நயனங்கள் உலகில் உள்ள
 நலங்களைக் காண்ப தாக!
கயவர்கள் ஒழிக; நாட்டில்
 காவலர் வளர்க; வாழ்க!
சுயநலம் இல்லா தாகத்
 தொடங்கட்டும் புதிய ஆண்டு!

ஆண்டுகள் வந்து போகும்
 ஆயினும் கடந்த ஆண்டில்
மாண்டவர் வருவ தில்லை!
 மானிடச் சாதிக் காக
வேண்டினேன்; இந்த ஆண்டில்
 மேன்மையோர் சாவை வெல்க!
காண்டகு சிறப்பில் எங்கள்
 கனித்தமிழ் நாடு வாழ்க!

புதிய தைப்பாவை

தையால் வருக! மணித்
தாமரைப்பூந் தேவியுனை
கையால் அணைத்துமலர்க்
கன்னத்தே கோலமிட்டு
நெய்யாற் குழல்நீவி
நித்திலம்பூம் பட்டுடுத்தி
மையால் விழியெழுதி
மலர்ச்சரங்கள் கொலுவிருத்தி
மெய்யார முத்தமிட்டு
விளையாடுஞ் சலங்கைகட்டி
பொய்யாத செந்தமிழின்
பூங்கவிதை போல்வடித்து
செய்யார்ந்த பச்சைச்
செழுமையெலாம் காணஎனை
வையாய்! கனிக்கொடியாய்
வந்தருள்வாள் தைப்பாவாய்!

நீளப் பரந்தகுழல்
நெளிப்பானு மில்லாமல்
சூளையிடு செங்கல்
சுடும்புகைபோல் மூச்செரிந்து
பாளத் தொடைகள்
பசிந்து வியர்பெருக்கி
நாளம் நரம்பெங்கும்
நலத்தின் நினைவுருக்கி
மாளத் தொலையாத
மயக்கத்தில் உழல்வார்கள்
தாளம் படும்பாடு
தாம்படுமோர் பேதையர்க்கு
நாளொன்று பார்த்து
நற்பொழுதில் கைகொடுக்கும்
ஆளன்வர அருள்வாய்
அன்புருவே தைப்பாவாய்!

ஆலை அடைத்ததென
            அடுப்படியிற் பூனைவர
ஓலைக் குடிசையிட
            உழல்வார்க்கும் கண்திறவாய்!
வேலை தொழிலின்றி
            வெறுங்கல்வி கற்றவர்க்கும்
சாலைப் பயணத்தே
            தயங்கும்மணி மைந்தருக்கும்
பாலை அருளிப்
            பசிதீர்க்கும் வழிகாட்டு!
ஏலார் இயலார்
            இருப்பும் வரவுமென
சோலைக் குடியமைக்கும்
            சுயநலத்தோர் மனந்திருத்தி
பாற்கஞ்சி வார்க்கப்
            பணித்தருள்வாய் தைப்பாவாய்!

துன்பம் இலாஉலகம்
சோதனைஇல் லாதமனை
அன்பின் வழியே
அறம்புரக்கும் நல்லமனம்
இன்பம் பிறக்கும்
எனவழங்கும் ஈவுடையோர்
தன்பாற் பொருளைச்
சமஉடமை யாக்கவரும்
பொன்போற் குணங்கள்
'புகழுக்கே உயிர் கொடுப்பார்'
என்பான் தமிழுக்கு
இலக்கணமாய் வாழ்வோரை
நின்பால் அணைத்து
நீள்கழுத்தில் மாலையிட்டு
என்போடு சேர்க்க
எழுந்தருள்வாய் தைப்பாவாய்!

☼

உன்னை நான் காணுகின்றேன்!

வணிகன் மகனவன் வாணிபம் அறியான்;
  வள்ளல் மகனவன் வஞ்சகன் கஞ்சன்!
கணிகை மகளவள் கற்பினுக் கரசி;
  கவிஞன் மகனவன் கைவிரல் நாட்டு!
மணியின் ஒலி அதில் மங்கலம் இல்லை;
  மன்னர் குலமவன் மக்களை மதியான்!
பணியாள் நேர்மைப் பணிசெய மாட்டான்;
  பாவம் எதுவோ? புண்ணியம் எதுவோ?

குறையா பக்தன் கோயிலை இடிப்பான்;
  கொடுமை மிருகம் குழந்தைபோ லழுவான்!
அறியான் கல்வி அரும்பொருள் சேர்ப்பான்
அன்பிலே தோய்ந்தான் அடுத்தவர்
                கெடுப்பான்!

வறியோன் பிறரை வாழ்ந்திட வைப்பான்;
  வல்லவன் எந்த வழக்கிலும் தோற்பான்!
நெறியோன் மாதரை நிதமும் ரசிப்பான்;
  நிகழ்வதில் பாவம் புண்ணியம் யாதோ?

தலைகீழாகத் தான்படும் செயல்கள்
 சாலை வழியில் சரித்திர மாற்றம்!
நிலைவே றாக நிகழ்த்துவோன் யாரோ?
 நியாயத் தராசில் நிறுப்பவன் யாரோ?
மலைபோற் கிடக்கும் மாயக் கானலை
 வழியில் விரித்த மன்னவன் யாரோ?
தலைவன் அவனே! நாஸ்திகன் கூடச்
 சாகும் படிக்குச் சமைத்தவன் அவனே!

☼

வரலாமா ரகுராமா?

மனிதாபி மான மதுவேண்டி நாளும்
 மனதார வாழும் சிலபேரும்
வனமா விலங்கின் குணமே விளங்க
 மரமாக வாழும் சிலபேரும்
தனமே நினைந்து தனமே அணைந்து
 தனைமீறி வாழும் சிலபேரும்
தவவேட மின்றித் தவமே புரிந்து
 தனியாக வாழும் சிலபேரும்,

வினையா லுழன்று விலையா லலைந்து
 விறகாக வீழும் புவிமீது
விளையா டவந்த மகவான என்னை
 விளையாடு கின்ற மணியாக
பனைபோ லுயர்த்திப் பல்போ லிருத்திப்
 பரிவா யணைக்க வரலாமா?
படகோடு கங்கை குகனாக வேண்டும்
 பணிவான ஆசை ரகுராமா!

உறவான நண்பர் ஒருபேரு மில்லை
   உதவாத சொந்தம் பலவீடு
உலகாளு வாரும் எனையாள வில்லை
   உயிராடு கின்ற தொருகூடு
நிறமாறு வாரும் மதமாறு வாரும்
   நிதிதேடி வந்து பரிவோடு
நிழலோ டிருந்து பசிதீர உண்டு
   நிலைமாறு கின்ற திவன்வீடு,

அறவோர்கள் அற்ற ஒருநாடும் என்றும்
   அறிவே யிலாத இடுகாடு
அடிதேடி நாளும் முடிதேடி நானும்
   அகமே மெலிந்து சலியாது
இறவாத பேரும் மறவாத ஊரும்
   இனங்கா ணுமாறு வரலாமா?
இனமாங் குரங்கும் உறவா யமைந்த
   இதமான தேவ ரகுராமா!

☼

கட்டளை மறந்தீரோ?...

நாடகங்க ளாடுமாறு
 நாயகன்தன் கட்டளை
வீடகத்தி லாடுகின்ற
 நாடகங்கள் எத்தனை?

காதலொன்று செய்யுமாறு
 கர்த்தனிட்ட கட்டளை
காதலென்ற பேரில்ஊரில்
 கற்பனைகள் எத்தனை?

கற்புமிக்க பெண்மைவாழக்
 காவலன்தன் கட்டளை
கற்பிழந்த மாதர்பற்றிக்
 காவியங்கள் எத்தனை?

பேர்புகழ் படைக்குமாறு
 பிஞ்ஞகன்தன் கட்டளை
பேர்எடுக்க ஊர்கெடுக்கும்
 பேய்மனங்கள் எத்தனை?

செல்வமொன்று சேர்க்குமாறு
சித்தரிட்ட கட்டளை
செல்வமென்ற ஆசைகொண்டு
செய்வர்குற்றம் எத்தனை?

சேவைசெய்து வாழுமாறு
தேவரிட்ட கட்டளை
சேவைஎன்ற பேரில்தங்கள்
தேவைகொள்வர் எத்தனை?

அன்புஒன்று தெய்வமென்று
அண்ணலிட்ட கட்டளை
அன்புஎன்ற கத்திகொண்டு
ஆடறுப்பர் எத்தனை?

மன்பதைக் கிரங்குமாறு
மன்னனிட்ட கட்டளை
மன்பதை எலும்பில்தங்கள்
மகுடங்கொள்வர் எத்தனை?

அஞ்சுதற்கு அஞ்சுமாறு
  ஐயனிட்ட கட்டளை
அஞ்சிடாது போயொழிந்த
  ஆத்துமங்கள் எத்தனை?

நஞ்சும்உண்ணும் நாகரிகம்
  நாவலன்தன் கட்டளை
நஞ்சுமட்டும் பெய்துவைக்கும்
  நாய்க்குணங்கள் எத்தனை?

நல்லவர்கள் மேதைஇந்த
  நாடுகண்ட தெத்தனை?
சொல்லவந்த நல்லவர்க்குத்
  துன்பம்வந்த தெத்தனை?

கண்ணிழந்த பேர்களுக்குக்
  கடவுளிட்ட கட்டளை
கடலெனக் கிடந்தபோதும்
  கண்டலாபம் எத்தனை?

☼

நினைக்கத் தெரிந்த மனமே...

நினைவுகளே நினைவுகளே
    நின்றுவிட மாட்டீரோ!
கனவுகளே கனவுகளே
    கலைந்துவிட மாட்டீரோ!
இரவுபகல் எப்படிநீர்
    என்னை வதைப்பதனால்
உறவுகளை விட்டேநான்
    ஓடத்துணிந்து விட்டேன் !

நிம்மதியாய்ச் சிலநேரம்
    நீட்டிப் படுத்திருந்து
செம்மையுறும் கற்பனையில்
    சிறகடிக்கப் பார்க்கிறேன்;
முன்னாள் கதைகளெல்லாம்
    முகம்காட்டு கின்றனவே!
இன்னாள் துயரமெலாம்
    இணைந்துவரு கின்றனவே!

மனதைப் பிடித்திழுத்து
 மயக்கத்தைச் சேர்த்தணைத்து
வாழுகின்ற தத்துவத்தை
 வகையாகப் பாடுகின்றேன்;
என்னை மறுபடிநான்
 ஏறெடுத்துப் பார்க்கையிலே
பின்னுமொரு துன்பப்
 பெருங்கதைதான் மூளுதம்மா!

பட்ட கடன் தீர்ப்பேனா,
 பாதகரைப் பார்ப்பேனா?
பாவலர்க்கு மேடையிலே
 பரிந்துரைக்கப் போவேனா?
கொட்டுகின்ற தேளையெல்லாம்
 கும்பிட்டு நிற்பேனா?
கொல்லுகின்ற சூழ்நிலையைக்
 குடித்து மறப்பேனா?

நுவலும் கவிதையிலோர்
 நூல்புனைய எண்ணுகிறேன்;
அவலக் கவிதையின்றி
 அடுத்தொன்றும் தோன்றவில்லை;
கவலைக்குக் காரணமென்
 கழுத்துவரை வந்ததன்றி,
தமிழில் எடுத்துரைக்கத்
 தரமில்லை; என்னசெய்வேன்?

சொல்லி அழுதுவிட்டால்
 துயரமெல்லாம் தீர்ந்துவிடும்!
சொல்லவொரு நண்பரில்லை;
 சொல்வதற்கும் வார்த்தையில்லை!
தனியே படுத்தழுது
 தலையணையை நனைப்பதன்றி
இனியோர் பரிகாரம்
 எவரும் உரைப்பதில்லை!

மாற்றமொன்று தேடுகிறேன்;
  வழியொன்றும் காணவில்லை!
ஆற்றும்வழி தேடுகிறேன்;
  ஆறவில்லை தேறவில்லை!
காற்றொன்றை இந்தக்
  கட்டையிலே விட்டுவைத்த
கூற்றுவனைக் காணாமல்
  குழப்பம் அகல்வதில்லை!

✦

துணிந்து சொல்வீர்!...

என்னசொல்வ தென்னஎண்ணி
 எண்ணுமொன்றைச் சொல்லுவீர்
சொன்னசொல்லில் நின்றுவந்த
 சோதனைகள் வெல்லுவீர்!
சின்னபுத்தி சேர்க்கையின்றித்
 தேவருள்ளம் கொள்ளுவீர்
மன்னருண்டு மகுடமில்லை
 என்னுமாறு வாழுவீர்!

மாடுகூடும் மந்தைபோன்ற
 வாழ்க்கைஎன்ன வாழ்க்கையே
கோடிமாடு கூடினாலும்
 கொள்கையில்லை தோழரே!
நாடுமொன்று நல்லதென்று
 நாம்நினைக்கும் வேளையில்
நாடுவந் தெதிர்த்தபோதும்
 நவிலவேண்டும் நண்பரே!

மண்ணிருந்து விண்ணிருந்து
வாசல்காட்டும் தெய்வதம்
உண்ணிறைந்து சொல்லுமொன்றை
ஊர்க்குரைத்தல் பாபமா?
எண்ணிவந்த சிந்தனைக்கு
இடுவிலங்கு லாபமா?
கண்ணிழந்து போனபின்பு
கார்த்திகைக்குத் தீபமா?

ஆவிபோகும்; போனபின்பு
யார்தொடர்ந்து கூடுவார்?
'பாவி'என்றும் 'நண்ப'னென்றும்
பத்துநாட்கள் பேசுவார்!
தேவிமீது ஆணையிட்டுத்
திறமறிந்து கூறுவீர்
ஏவிவிட்ட அம்புசுற்றும்;
எய்தவன் இலாமலே!

☼

யாத்திரை

கருவினில் தொடங்கிய
    குழந்தையின் யாத்திரை
        உருவினில் முடிகின்றது—சிறு
உருவத்தில் தொடங்கிய
    மழலையின் யாத்திரை
        பருவத்தில் முடிகின்றது!

பருவத்தில் தொடங்கிய
    காதலின் யாத்திரை
        பாதியில் முடிகின்றது—வரும்
பாசமும் நேசமும்
    மோசமும் வேஷமும்
        ஞானத்தில் முடிகின்றது!

ஞானத்தில் தொடங்கிய
    கிழவனின் யாத்திரை
        நமனிடம் முடிகின்றது—அவன்
நமனிடம் போனதும்
    நல்லதும் தீயதும்
        நாட்டுக்குத் தெரிகின்றது!

கணிகையின் யாத்திரை
மேகங்க ளானதும்
கவலையில் முடிகின்றது—ஒரு
கவிஞனின் யாத்திரை
நினைத்ததைச் சொல்கின்ற
கவிதையில் முடிகின்றது!

குருடனின் யாத்திரை
கூடுந் துணைக்கெனக்
கோலொன்று கேட்கின்றது—அந்தக்
கோலுடனே அவன்
கூடும் விழுந்தொரு
கொள்ளியில் வேகின்றது!

செல்வனின் யாத்திரை
தினந்தினம் பணமெனத்
தெருவினில் நடக்கின்றது—அவன்
சேர்த்ததை அனுபவிக்
காதொரு நாளினில்
திடுமென முடிகின்றது!

அரசியல் வாதியின்
    ஆனந்த யாத்திரை
        அடிபட்டு விழுகின்றது—அவன்
ஆடிய மேடைகள்
    வாழ்ந்திருக்க அவன்
        யாத்திரை முடிகின்றது!

வருவன யாவையும்
    வழிநடை போட்டபின்
        மறைவது தெரிகின்றது—இந்த
வரவுக்கும் செலவுக்கும்
    வழிவிட்ட இறைவனின்
        வழிமட்டும் தொடர்கின்றது!

முதலுக்கு முன்னவன்
    முடிவுக்குப் பின்னவன்
        முறுவலைக் கண்டுகொண்டேன்—
            யாரும்
முடிவது நிஜமெனத்
    தெரிந்தது; துயர்களை
        முடித்திடத் துணிவுகொண்டேன்!

✵

வாழ்வெலாம் நிம்மதி

தம்மை வருத்தித் தாயகங் காப்போர்
தாயகம் வருத்தித் தம்மைக் காப்போர்
பொன்னை இழந்து புத்தியைக் காப்போர்
புத்தியை இழந்து பொன்னைக் காப்போர்
கல்லைக் கடவுளாய்க் கண்டு களிப்போர்
கடவுளைக் கல்லாய்க் கண்டு சிரிப்போர்
நாளையப் பொழுதில் நம்பிக்கை வைப்போர்
நம்பிக்கை இழந்தே நாளைக் கழிப்போர்
மாயத் துறவே மாண்பெனச் சொல்வோர்
மனையறம் ஒன்றே மதிப்புடைத் தென்போர்
கற்பெனும் பேரால் கடவுளை வென்றோர்
கடவுளின் பேரால் கற்பை இழந்தோர்
தர்மம் என்பது சமமெனச் சொல்வோர்
தமக்கெனக் கொள்வதே தர்மம் என்போர்
வேறுவே றாயஇவ் வியத்தகு மக்கள்
கூறுகூ றாகக் குவிந்துள நாட்டில்
உண்மையைக் காண உழன்று சுழன்று
ஆடி அடங்கிய அறிஞர்கள் பல்லோர்!
உண்மை ஏதென உணர்வது எங்ஙனம்?

தன்னை யறிதலாம்! சாற்றினான் தமிழன் !
தன்னை யறிந்து தன்பாற் சூழ்ந்த
மன்னுயிர்க் கூட்டம் மனநிலை யறிந்து
நம்பிய வழிகளில் நடப்போர் கண்களில்
இம்மை வாழ்விலும் இறைவன் வருவான்
மறுமை வாழ்விலும் மனநலம் தருவான்!

காந்தியும் நேருவும் காட்டிய வழிகள்
புத்தனும் ஏசுவும் போற்றிய வழிகள்
சாத்திய மென்பதே! தமக்கும் பிறர்க்கும்
வைத்துப் பாரீர்; வாழ்வெலாம் நிம்மதி!

☼

கேட்கிறேன்; சொல்லுங்கள்!

பல்சான் றீரே! பல்சான் றீரே!
பகுத்துத் தொகுக்கும் பல்சான் றீரே!
கல்,மண், தீ,நீர், காற்றெனப் புவியோர்
சொல்பொருள் அனைத்தும் தோன்றிய
தெங்ஙனம்?
வானும் மதியும் மண்ணிடைக் கடலும்
தானே இயங்கும் தத்துவம் யார்செயல்?
ஒருதுளி விந்து உடலிற் புகுந்து
உயிரொடு கண்வாய் செவியென விரிந்து
பத்தாம் மாதம் பளிங்குபோல் வெளிவரும்
வித்தை யார்செயல்? விளக்கம் எப்படி?
ஏழில் ஒருவன் எழுபதில் ஒருவன்
சாவை யணைத்துத் தன்னை மறந்து
போவது எவ்விடம்? போனபின் எந்நிலை?
நுவலரும் நல்லோர் நோய்வாய்ப் படுதலும்
கயவர் கள்வர் காளைபோல் வாழ்தலும்
பூர்வஜென் மத்தின் புதிய தொடர்கதை
என்பர் சிலபேர்! ஏற்பிரோ மாட்டிரோ?

கோடை வசந்தம் குளிர்பனி பூமழை
தோன்றுவ தெங்ஙனம்? சுழற்றுவ தெவ்விதி?
விஞ்ஞா னத்தால் விவர மறிந்து
அஞ்ஞா னத்தை அகற்ற மாட்டீரோ?
சந்திர மண்டலம் தழுவிய ஞானம்
சாவைத் தடுக்கச் சக்திஇல் லாததேன்?
நானென நிமிர்ந்து நமதென முழங்கி
தானென வாழ்ந்து தரணியை மிரட்டி
ஆரவா ரித்த ஆதிக்கக் காரரும்
பள்ளி விழுந்து பாவமு ணர்ந்து
கொள்ளி வரைமனம் குமைந்ததன் காரணம்
அவனோ, பிறனோ? ஆட்டுவித் தான்எவன்?
மூலம் வித்து; முளைப்பது பூங்கொடி
மூலம் விந்து; முளைப்பது பாலகன்
மூலம் மேகம்; முகிழ்ப்பது பொன்மழை
மூலம் இல்லாமல் முளைப்பன இல்லையே!
ஆயின் இந்த அவனிக்கு மூலம்

யாரோ அறியேன்; அவனை என்மனம்
இறைவன் என்பது எவ்வழி தவறாகும்?

☼

பல்சான் றீரே; பல்சான் றீரே!
பதிலுரைப் பீரோ பல்சான் றீரே!

☼

?

[தற்கால 'நாகரிகத்தை'ப் பற்றி 'குறள் வடிவில்' கவிதை கேட்ட ஒரு நண்பருக்கு எழுதிய கவிதை--தொ. ஆர்.]

கற்கால நோக்கி கற்றவரை ஓட்டுதே
தற்கால நாகரிக கம்!

☼

கடவுளை நம்பினால் கவிஞன் ஆகலாம்!

*கடவுளை நம்புக! கடவுளைப் பற்றிய
கவிதைக ளெல்லாம் கற்றுத் தேறுக!
நடமிடும் தெய்வம் ராமனின் காதை
நற்பா ரதத்து நன்னெறி யாவும்
ஆய்ந்து படித்து அறிக பொருள்களை!
சாத்திரம் வேதம் தர்மம் தத்துவம்
தமிழன் முருகன் தனைப்புகழ் புராணம்
அனைத்தும் அறிக! அறிந்தபின் னாலே
எடுப்பே னாவை; எழுதுக கவிதை!
ஊற்றுக் கேணியின் உட்புறம் சுரக்கும்
ஆற்றுச் சுவைநீர் ஆமதன் பெருக்கம்!
நாத்திகக் கூடு நரிக்கு மட்டுமே!
நாலா புறமும் நற்கரம் விரித்து
மேலும் கீழும் விண்ணையும் மண்ணையும்
ஆழ அளந்து அள்ளித் தெளித்து
ஜனனம் பற்றிய தத்துவம் எழுதுக!
மரணம் பற்றிய மயக்கம் எழுதுக!
நீண்ட இழைகளில் நெய்யும் சேலைபோல்*

ஆண்டவ தத்துவம் ஆயிரம் எழுதலாம்!
கடவுள் என்பது கல்லே யானால்
மனிதன் என்பவன் மரமே யாவான்!
மரத்தின் பேனா மைசுரக் காது!
மானிடம், தெய்வதம் வடித்த பொன்னிழை
பலபொருள் தேடுக; பலவகை பாடுக!
பகுத்தறி வென்பது பகுத்துப் பகுத்து
முடிவில் காண்பது மூலப் பொருளையே!
செத்தபின் உயிர்கள் சேர்வது எங்கே?
தெரியும் வரைநீ தெய்வத்தை நம்பு!
நம்பிக்கை தான் நற்பொருள் வளர்க்கும்
நம்பு கடவுளை நல்ல கவிஞன்நீ!
பல்பொருள் அறிந்த பாவலர் சில்லோர்
சில்பொருள் மட்டுமே தேறிய தெதனால்?
அளவிற் கவிதை அதிகமா காமல்
குறைவே யான குறைபா டெதனால்?
நாத்திகச் சிறையை நம்பிக் கிடந்ததால்
ஆகவே எனது அருமைத் தோழனே
கடவுளை நம்புக! கவிஞன் நீயே!

✯

கி. பி. 2000

ஒருநூறு கோடியாய்
மக்கட் தொகைகூடி
உணவுக்குத் தத்தளிக்கும்
ஓராயிரம் கட்சி
பேதங்கள் தோன்றியே
உள்நாட்டு யுத்தம்மூளும்
பொருள்நூறு கொண்டவர்
பூட்டை உடைக்கின்ற
புரட்சியை நாடுகாணும்
பூஞ்சோலை காடுகள்
ஏதும் இல்லா திந்தப்
பூமியை மக்கள் சூழும்
உருவான தொழிலெலாம்
உதவாதுபோய் எங்கும்
உற்சாக மற்றுவிடுமே
ஒளிதோன்றும் நெஞ்சிலே
இருள்தோன்று கின்றதே
உணர்கபா ரததேசமே!

கலைபோல வாழுமோர்
குலமாதர் கற்பெலாம்
கதையாக மாறிவிடுமே
காக்கைகள் மாடுகள்
கழுதைகள் செய்ததுபோல
காதலும் பேதமுறுமே
நிலையான பாசமும்
பந்தமும் நெறிகளும்
நீராவி யாகிவிடுமே
நினைக்கின்ற வேளையில்
கிடைக்கின்ற லாபமே
நிஜமென்னும் எண்ணம்வருமே
கொலைக்காரர் கைகளும்
கொடியவர் ஆசையும்
குன்றேறி ஆட்டமிடுமே
கோடிகா லங்களில்
வருகின்ற காலமே
கொடுமைபா ரததேசமே!

சூழுமித் தொல்லைகள்
இல்லாது போகநான்
சொல்லுவேன் பாதையொன்று
தோன்றிடும் பிள்ளைகள்
குறைவதால் மட்டுமே
சுகமான வாழ்க்கையுண்டு
வாழ்கின்ற மனைகளில்
வாரிசுக் கிரண்டென்று
வடிவான வரையறுத்து
மனையிலும் நாட்டிலும்
மனதுவைத் தேஇந்த
மக்கள் தொகைகுறைத்து
தாழாத தத்துவம்
கர்ப்பத் தடையென்று
தழுவினால் எதிர்காலமே
சரியாகும் இல்லையேல்
சஞ்சலம் தான்மூளும்
தர்மபா ரததேசமே!

☼

நெஞ்சொடு புலம்பல்

ஓடு தலையாகி உள்ளொரு
    காய் இல்லாமல்
கூடாகிப் போனவர்பால் கொடுப்பதற்கு
    என்ன உண்டு?
காடு வசமாகிக் கட்டையிலே
    போன பின்னர்
வீடு மனைவாசல் வேண்டுதற்கு
    என்ன உண்டு?
செம்பாகச் செங்குருதி தீர்ந்தழிந்து
    போன பின்னர்
அம்பான கன்னியர்பால் ஆசைவைத்து
    என்ன பயன்?
கொம்போடு பாற் பசுக்கள்
    குதித்து விளையாடிடினும்
தம்பாலும் வற்றிவிடின் தாரணியில்
    யார் மதிப்பார்?

ஆனமுதல் அத்தனையும் அணு அணுவாய்த்
    தீர்ந்த பின்னர்
போனகதை எண்ணிப் புலம்புவதில்
    என்ன சுகம்?
கட்டையிலே தாலியைநீ கழுத்தறிந்து
    கட்டாமல்
கட்டையிலே போகும்வரை கதறுவதில்
    என்ன பயன்?
கூடையிலே நண்பரைநீ குறிப்பறிந்து
    கூடாமல்
கூடையிலே வார்த்தையள்ளிக் கொட்டுவதில்
    என்ன சுகம்?
காலடியை வைக்கையிலே கணக்கறிந்து
    வைக்காமல்
காலடிக்கு ஓர்முறைநீ கலங்குவதில்
    என்ன சுகம்?

ஆதார மானதெல்லாம் அணைத்துறவு
 கொள்ளாமல்
சேதார ஐந்தொகையைத் தீட்டுவதில்
 என்ன சுகம்?
கைக்கோலைத் தூக்கிக் கடலில்
 எறிந்துவிட்டு
வைக்கோலைத் தூக்கி வாளென்றால்
 என்ன பொருள்?
வள்ளுவனார் சொன்ன வார்த்தைகளில்
 வாழாமல்
எள்ளுவதோர் வாழ்வை ஏற்பதிலே
 என்ன பயன்?
கண்ணனவன் செம்பொற் கழலடியைக்
 காணாமல்
கண்ணெனவே நீபெற்ற காயத்தால்
 என்ன பயன்?

போனதெலாம் போகப் புதுவாழ்வு
    வாழ்வதென
ஆனவரை எண்ணி அகமகிழ்வாய்
    சிறுமனமே!
நாளைப் பொழுதில் நாமிருப்ப
    துண்மை யில்லை
வேளைக்கு வேளை விளையாடு
    சிறு மனமே!
செத்தார்க் கழுதாரும் சாவார்
    என அறிந்து
'அத்தா!' என அவனை அடைவாய்
    சிறு மனமே!
கட்டைக்கு வாய்த்த கருமங்கள்
    அத்தனையும்
இட்டபடி செய்தால் இடராய்
    சிறுமனமே!

☼

புத்தி இது மகளே!

கண்ணுக்கு மையெழுது—மகளே
கற்புக்குப் பொன்னெழுது
பெண்ணுக்கு நெய்யெழுது
பேச்சுக்கு மெய்யெழுது!

சாத்திரத் தேர்நடத்து—அழகில்
தத்துவப் போர்நடத்து
ஆத்திகச் சீர்நடத்து
அன்பெனும் பேர்நடத்து!

பக்கத்து வீடுகளில்—உனையே
பார்க்கின்ற கண்ணிருந்தால்
வெட்கத்தில் தாழ்களிடு—காவல்
வேலிக்கு மாலையிடு!

நாலு புறத்தினிலும்—உலகில்
நல்லவர் ஓர்சிலரே
வாலைக்குமரி என்றால்—மகள்போல்
வைப்பவர் ஓர்சிலரே!

கூடும் சபைகளிலே—அச்சம்
கொள்வது பெண்ணழகு!
கூடும் கணவன்முன்னே—நாணம்
கொள்கைஎன் றெண்ணிவிடு!

ஊடலில் தோற்றுவிடு—அதையும்
உள்ளத்தில் வைத்துவிடு
கூடலில் மெய்சிலிர்க்கும்—உறவைக்
கொண்டு களித்துவிடு!

பிள்ளை இரண்டுபெறு—அதற்குப்
பின்னர் மறுத்துவிடு!
கொள்ளைச் சுகமிருக்கும்—உடலின்
கோலத்தை வாழவிடு!

நாயகன் கோபம் கொண்டால்—அவனை
நன்னயமாய்த் திருத்து
தாயெனக் கையணைத்து—உனது
சந்நிதியில் நிறுத்து!

வாட்டும் வறுமையிலும்—உனது
மங்கை நலம்வளர்த்து
காட்டும் பொறுமையிலே—வணங்கு
கண்ணன் துணையழைத்து!

பூமி அடியினிலே—பலரைப்
பூட்டி மறைத்துவிட்டோம்
சாமி சிலைகளென—சிலர்தான்
தத்துவமாக நின்றார்!

கற்பெனச் சொன்னதெல்லாம்—மகளே!
கட்டுக் கதைகளல்ல
அற்புதத் தெய்வமடி—அவள்தான்
அன்னையின் தோற்றமடி!

புத்திஇது மகளே—உனைநீ
பொன்னெனக் காப்பதற்கு
சத்தியம் செய்மகளே—நீஓர்
தத்துவ மாவதற்கு!

☼

கண்ணா, என் பிரபு!

சத்தியப் பேற்றினில்
தழைத்தமெய் யடியவர்
தம்மடி வணங்கும்என் கைகள்;
நித்தியத் தவம்புரி
நிமலனின் நேயர்கள்
நிழலையே காணும்என் கண்கள்;

பத்தியைச் சுவைபடப்
பாடிய புலவர்தம்
பரம்பரை வணங்குமென் இதயம்;
சித்தியிங் கெனக்கருள்
சிந்தனை உன்பதச்
சேவையே கண்ணபி ரானே!

கட்டிளங் கன்னியர்
கைவலைக் குட்படும்
காதலும் கண்டனன் ஓர்நாள்
பொட்டிளம் பூவையர்
பொய்மயக் காழ்த்துமோர்
போதையும் கொண்டனன் ஓர்நாள்;

கெட்டநாள் கெட்டபின்
 கேலியும் கொண்டபின்
  கீழ்மையை உணர்ந்தனன் இந்நாள்;
பட்டபின் தேர்ந்தனன்
 பகவநின் கீதையைப்
  பாடினேன் கண்ணபி ரானே!

செய்தவை குற்றமோ?
 செய்பவை குற்றமோ?
  தேறுமோர் அறிவிலேன் பேதை!
கொய்தநன் மலர்களைக்
 குப்பையில் மூடினேன்
  குற்றமென் றறிகிலேன் ஏழை!

கைதவழ் பேரருள்
 காற்றிடை வீசினேன்;
  காரணம் காண்கிலேன் பாவி;
மைதவழ் மேனியாய்!
 மயக்கினைத் தீர்ப்பதுன்
  வார்த்தையே கண்ணபி ரானே!

நன்றியில் லாமல்யான்
   நடந்திருந் தேனெனில்
      நாயினும் கீழெனப் படுவேன்;
அன்றியான் செய்தவை
   அறமெனப் படுமெனில்
      அரசனுக் கரசனாய் மகிழ்வேன்;
வென்றியான் கொண்டவை
   மேன்மையான் கண்டவை
      வியத்தகும் மதியினா லல்லேன்;
அன்றென தன்னையும்
   தந்தையும் செய்ததோர்
      அறத்தினால் கண்ணபி ரானே!

நீண்டதோர் ஆயுளும்
   நிறைந்ததோர் செல்வமும்
      நீதரக் கேட்டிலேன் தலைவா!
வேண்டுமோர் வரமெலாம்
   வேதனை யற்றதோர்
      மெய்ம்மைசேர் வாழ்க்கையே இறைவா!

தோண்டுமோர் கைக்கெலாம்
    சுரப்பதால் உன்னடி
        தொழுகிறேன் என்னுயிர்க்கண்ணா!
ஈண்டுநான் ஆண்டுநீ
    என்செயக் கூடுமோ
        என்னுயிர்க் கண்ணபி ரானே!

முட்டையில் என்னைநான்
    மூடினேன் அன்றுனை,
        முழுமையாய்க் கண்டிலேன் ஐயா!
பெட்டையாய்ச் சேவலாய்ப்
    பிறந்தபின் னாலுனைப்
        பெற்றவர் சொல்வதும் பொய்யா?
கட்டையாய் வாழ்க்கையைக்
    கழித்தபின் இன்றுனைக்
        காண்கிறேன் என்னையே நானே!
அட்டையாய் ஒட்டினேன்;
    அண்ணலே! இன்றெனக்கு
        அருள்புரி கண்ணபி ரானே!

கேள்வனே கண்ணபிரானே!

பூவினக் காடுகள்
புன்னகைக் கோடுகள்
பொன்னிறப் புள்ளிமான் கூட்டம்
காவியப் பேடுகள்
கண்மயல் தூதுகள்
காதலே என்மனத் தோட்டம்;
நாவினால் மென்மொழி
நாட்டுவாள் பைங்கிளி
நாடுவேன் நாடுவேன் நானே!
பாவியென் நெஞ்சினைப்
பற்றுமோர் பெண்மையை
பார்க்கிலேன் கண்ணபி ரானே!

கண்களின் சொற்களும்
கைவளைச் சொர்க்கமும்
கள்ளமோ கபடமோ தோற்றேன்
பெண்மையே பொய்மையோ
பொய்மையே பெண்மையோ
பேதையர் கூடலை ஏற்றேன்;

உண்மையும் காண்கிலேன்
ஊடலும் தேர்கிலேன்
உன்னையே அண்டினேன் நானே!
கண்ணநின் மைநிறம்
பெண்மையின் உள்ளமோ
காட்டுவாய் கண்ணபி ரானே!

பொற்சிலம் பத்தினார்
பொற்கரம் பற்றியான்
பொற்பிலா நெஞ்சினில் வீழ்ந்தேன்
கற்சிலைக் காதலார்
கற்பெனும் ஒன்றிலார்
கற்பனைக் காதலில்ஆழ்ந்தேன்;
அற்புதம் என்னுமா(று)
அற்பனென் வாழ்வினை
அர்ப்பணித் தேனிலை நானே!
மற்புயப் பார்த்தனின்
மற்களத் துன்பமே
மண்டினேன் கண்ணபி ரானே!

கார்த்தடங் கண்ணியர்
கோபியர் கன்னியர்
கார்குழல் பற்றிநீ ஆட
ஆர்த்தநின் தோள்களைச்
சேர்த்திலா அன்னமா
ஆய்ச்சியர் நாளெலாம் வாட
பார்த்தனும் பார்த்தனன்
பாவியும் பார்த்தனன்
பற்றினுக் கொன்றிலேன் நானே!
கீர்த்தியாம் ஒன்றலால்
கேண்மையொன் றில்லையே
கேள்வனே கண்ணபி ரானே!

☼

புதியன பிறக்கட்டும்!

புண்ணியம் செழிப்ப தாக
    பொய்மைகள் தொலைவ தாக
கண்ணியம் தழைப்ப தாக
    கடமைகள் உயர்வ தாக
எண்ணிய நடப்பதாக
    இனியபா ரதத்தில் மீண்டும்
கண்ணியன் கீதைச் செல்வன்
    கண்ணனே பிறப்பா னாக!

கற்பெனும் பெருமை ஓங்க
    கவினுறும் தாய்மை வாழ
அற்புதக் கவிதை தோன்ற
    ஆனந்த இல்லம் காண
நற்பெரும் தவத்த ராய
    நங்கைமார் உயர்ந்து வாழ
கற்புயர் நாட்டில் மீண்டும்
    கண்ணகி பிறப்பா ளாக!

தந்தையைப் பணிந்து போற்றி
    தாய்மையை வணங்கி யேற்றி
சிந்தையைச் செம்மை யாக்கி
    செயல்களை நேர்மை யாக்கி
செந்தமிழ் நாட்டோர் வாழ்வில்
    செல்வங்கள் குவிந்து காண
சிந்தையால் உயர்ந்து நின்ற
    ஸ்ரீராமன் பிறப்பா னாக!

கணவனே தெய்வ மென்றும்
    காடெலாம் சோலை யென்றும்
அணிமணி வேண்டே னென்றும்
    அவனையே தொடர்வே னென்றும்
பணிவொடு பண்பும் கொண்டு
    பாவலர் ஏற்ற வாழும்
தணலெனும் கற்பின் செல்வி
    ஜானகி பிறப்பா ளாக!

ஒவ்வொரு பிறப்பும் இங்கே
    உயர்ந்ததாய்ப் பிறப்ப தற்கு
செவ்விதழ் நீலக் கண்ணாள்
    திருமகள் தமிழ்மீ னாட்சி
செவ்விதின் அருள்வா ளாக!
    தேசத்தை உயர்த்து கின்ற
நல்வழி யாவும் கண்டு
    நடக்கட்டும் தமிழ்ப்புத் தாண்டு!

சொந்தம் ஒன்று வேண்டும்!

உயிர்பாதி போனதே
உடல்பாதி தேய்ந்ததே
உள்ளமும் ஓய்ந்த நிலையே!
ஒருபாதி சொந்தமும்
எரிவாயில் வீழ்ந்ததே
உற்றதே மரண கலையே!
மயிர்பாதி வீழ்ந்ததே
மதிபாதி வீழ்ந்ததே
மனிதனுக் கென்ன விலையே!
மடல்போடு கின்றதே
மாதவா உன்னிடம்
மற்றுமோர் வழியு மிலையே
துயர்பாதி கொள்ளவோர்
உயர்வான தோழியை
சொந்தமென் றருளு வாயா?
தொகையுடைய பாண்டவர்கள்
பகையழியும் தூதனே
தூயனே கிருஷ்ண தேவா!

கைப்பணம் உள்ள நாள்
   கண்டவர் கடியவர்
      கனியோடும் ஓடி வருவார்
காசிலா நெஞ்சினை
   மாசிலா அன்பினால்
      கட்டுவார் என்று வருவார்
பொய்ப்புகழ் சாற்றுவார்
   புன்னகை ஊற்றுவார்
      பூமாலை கட்டி யிடுவார்;
புல்லினும் புன்மையாய்க்
   கல்லினும் கீழ்மையாய்ப்
      பொருள்போன பின்பு விடுவார்
வைப்பதோர் பூவிலென்
   மனத்தையே காண்கின்ற
      வடிவான சொந்தம் இலையே!
வல்வினையை வென்றதொரு
   வில்விஜயன் தோழனே
      மாயனே கிருஷ்ண தேவா!

நல்லவர்கள் எல்லோரும்
நாட்டுமக்கள் அலர்
நரகத்தின் குடி மக்களே
நன்றிஎனும் ஒன்றையே
நாளெல்லாம் நினைக்கின்ற
நாயினும் கீழ்மக்களே
கொல்லவரும் வேங்கைகள்
கொத்தவரும் பாம்புகள்
கூட்டத்தில் அவர்கள் எங்கே?
கொண்டமதி போலுமே
கொண்டபொருள் வெல்லுமே
கொள்கையே கொடுமை இங்கே
கல்லிலுறு தேரைபோல்
கானலில் நீரினைக்
கண்களில் காட்டு வாயா?
கவுரவர்கள் குலமழிய
தருமநெறி காத்தவா
காந்தனே கிருஷ்ண தேவா!

☼

இந்திய ஜனநாயகம்

ஆடெலாம் நரியாகும் நரியெலாம் ஆடாகும்
அவர்க ளிட்ட
கோடெலாம் இடமாறும் கொடியெலாம் நிறமாறும்
கொள்கை யென்னும்
வீடெலாம் கூடாகும் விளக்கமும் தவறாகும்
விரித்து வைத்த
ஏடெலாம் பொய்யாகும் இவையெலாம் நம்நாட்டு
இயக்க மாகும்!

எரிச்சலால் ஒருபேச்சு ஏமாந்தால் ஒருபேச்சு
ஏற்ற வாழ்க்கை
கரித்தலால் ஒருபேச்சு காலத்தால் ஒருபேச்சு
கட்சி யென்று
நரித்தலை புலிப்பற்கள் நாய்க்குணம் ஒன்றாக
நடப்ப தெல்லாம்
அரிப்பினால் உண்டான அரசியல் தானென்று
அறிக மாதோ!

ஜனநா யகமெனும் தத்துவம் நலங்காக்கத்
தழைத்த துண்டு
மனநா யகங்களும் பணநா யகங்களும்
வளர்ந்த பின்னே
இனநா யகம்சென்று இழிநா யகம்வந்து
இயங்கும் போது
எனநா யகம்இந்த ஜனநா யகம்என்று
எரிகின் றோமே!

நல்லோர்கள் பதவியை நாடினால் அவர்களும்
நரிக ளாவார்
புல்லான மனிதரும் பொருள்சேர்க்கும் ஆசையில்
புலிக ளாவார்
வல்லார்கள் வாழ்வதும் வறியோர்கள் சாவதும்
வழக்க மான
பொல்லாத அரசியல் பூத்ததே தழைத்ததே
பூமி யெங்கும்!

ஆடுவார் மேடையும் பாடுவார் அரங்கமும்
ஆசை யோடு
கூடுவார் கோஷமும் கொடிகளின் கூட்டமும்
குவிந்த ஆங்கு
தேடுவார் உண்மையை தேம்புவார் பொய்மையில்
தெய்வமே என்
நாடுநின் கையிலே நலமும்நின் கையிலே
நம்மிட மில்லை!

☆

ஜனநாயகத்துக்கு அனுதாபம்!

ஒருகட்சி இரண்டாக
  வடிவுறும் தெருவோரம்
    ஒன்றோடு ஒன்று பொருதும்
இருகட்சிச் சண்டையில்
  அப்பாவி மக்களின்
    இடுப்போடு மண்டை உடையும்
குருபக்தித் தொண்டனின்
  கைகளும் இரவோடு
    கொடிகளை வெட்டி எறியும்
பொருள்மிக்க தத்துவம்
  ஜனநாயகம்இந்த
    புழுதியில் ஓடி மறையும்
அருள்மிக்க காந்தியே!
  அண்ணலே! நேருவே!
    அழவேண்டும் உங்கள் விழியே!
ஆரவா ரங்களால்
  பாழ்பட்ட மக்களே
    அழிவதே உங்கள் விதியே!

கட்சியில் உளபோது
    பாபத்தை மூடுவான்
        கதறுவான் வெளியில் வந்து
காலகாலங் களாய்
    அரிச்சந்தி ரன்போல
        காட்டுவான் மேடை சென்று
பட்சியில் காக்கையும்
    அரசியல் வாதியும்
        பார்வையில் ஒன்று என்று
பார்த்தவன் சொல்கிறேன்
    கேட்பவர் கேளுங்கள்
        பரம்பொருள் சொல்வ தென்று!
அட்சயப் பாத்திரம்
    அரசியல் தானென்று
        ஆடுவார் மேடை தனிலே
அப்பாவி மக்களே!
    அவரையே நம்பினீர்,
        அனுபவிப் பீர்கள் சுவையே!

தாக்குவார் ஆயுதம்
சரியான நேரத்தில்
தாக்குமே தாக்கி யவனை
தாழுவார் கைகளைத்
தாங்குவார் கைகளும்
தாழுமே தாழு மவனை
ஆக்குவார் அழிதலும்
அழிபவர் ஆக்கலும்
அன்றாட வடிவ முறுமே
ஆசைக்கு எல்லையோ
அறிவுக்கு எல்லையோ
அறியாத மக்கள் மனமே
வாக்கினால் நாட்டவர்
வாழ்வையே மாற்றிடும்
வசமான ஜனநா யகம்
வாழுமோ சாகுமோ
வருங்கால மென்னவோ
வலியபா ரததே சமே!

☼

இறைவன் கொடுத்த அளவு

காக்கையொன்று வானம்பாடி
   யாவதென்று கருதினால்
மூக்கும்மாறி குரலும்மாறி
   முகமும்மாற வேண்டுமே!
பாக்குவெட்டி போர்க்களத்தில்
   பாய்ந்துசெல்ல எண்ணினால்
தூக்குகின்ற கைகளுக்குத்
   துணிவுவேண்டும் தோழனே!

கோழிக்குஞ்சு வேழமொன்றைக்
   குத்திவீழ்த்த எண்ணினால்
வேழம்கொண்ட நீண்டதந்தம்
   விலைக்குவாங்க முடியுமா?
வாழையொன்று தென்னைபோல
   வளரஆசை கொள்ளலாம்;
ஆழமான வேரிலாமல்
   அதுநடக்கக் கூடுமா?

வண்ணவண்ண ஈக்கள்யாவும்
 மாம்பழத்தில் அமரலாம்
உண்ணுகின்ற ஆசை அந்த
 உளுந்துவாயில் நடக்குமா?
எண்ணஎண்ண மனிதஉள்ளம்
 இமயமாக மாறலாம்
கண்ணிறைந்த இமயமீது
 கால்நடக்கக் கூடுமா?

நூறுபெண்ணைக் காதல்செய்ய
 நோயிலாத மேனியும்
ஆறுபோல பாய்ந்துசெல்ல
 ஆக்கம்கொண்ட கால்களும்
ஊறுகின்ற ஆசைதீர்க்க
 உலகளக்கும் செல்வமும்
சேருகின்ற ஜீவனிந்த
 தேசமெங்கும் இல்லையே!

அவரவர்க்கு வைத்தசோறு
அளவெடுத்து வைத்தது
இவைஇவற்றில் வாழுமென்று
இறைவன்சொல்லி விட்டது
நவநவங்க ளானஜோதி
நாளும்நாளும் தோன்றலாம்
அவைமுடிந்த பின்னர்உந்தன்
ஆட்டமென்ன தோழனே?

☼

பாடுவது நானல்ல

நூறுவய தாகும்வரை
ஓடிவிளை யாடஒரு
நோயிலா மேனி வேண்டும்
நுண்ணறிவு ஊறிஇள
வெண்ணிலவு போலஓர்
நூலைநான் எழுத வேண்டும்
ஆறுவழி போனதென
ஆயிரம் நிலங்களில்
ஆடிநான் வாழ வேண்டும்
அன்னையொடு தந்தையைஎன்
சிந்தையில் இருத்தியே
அன்பைநான் காக்க வேண்டும்
பண்ணிசையில் என்தமிழைப்
பால்போல் தெளித்துநான்
பரமார்த்த னாக வேண்டும்
பக்தியொடு நின்னடியைப்
பற்றிஇவை கேட்கிறேன்
பாரதச் சக்தி உமையே!

பெருகுமொரு துன்பமே
    பேசாதுன் பெருமையைப்
        பேசநான் பழக வேண்டும்
பின்னிவரும் இன்னலைச்
    சன்னல்வழி வீசியே
        பிணமாய்ப் புதைக்க வேண்டும்
உருகுமொரு நெஞ்சிலே
    உன்னத நினைவுகள்
        ஊற்றாகி நிற்க வேண்டும்
உலகமொரு குடைகொண்டு
    உல்லாசப் பல்லக்கில்
        ஊர்கோலம் போக வேண்டும்
தருவளரு மளவிலொரு
    புகழ்வளர வேண்டியே
        தமிழையான் கற்று வந்தேன்
தருமதுரை தனில்வளரும்
    தருமதுரை மனைவியே
        சக்திமீ னாட்சி உமையே!

கூடிவரும் பிள்ளைகள்
வாழ்நாளி லேஎனை
கொள்ளிவைக் காமல் அருள்க
கொஞ்சவரும் நண்பர்கள்
நெஞ்சுமிழும் வஞ்சனை
கொள்ளாமல் காவல் புரிக
கோடைபடு வெயிலிற்
பாடுபடு நெஞ்சினைக்
குளிராக மாற்றிய ருள்க
கோடிவரு மாயினும்
ஆசைபெரு காமலே
கூடுகொண் டாட்சி புரிக
பாடுவது நானல்ல;
பரந்தாமன் கண்ணனின்
பாதத்து விரல்கள் தாயே!
பதிமதுரை நதிவழியில்
சதுராடும் தோகையே
பாவைமீ னாட்சி உமையே!

☼

கனவில் பதிலுரைப்பாய், கண்ணா!

காற்றெனப் போகுமோ
    கடலிலே வீழுமோ
        கானிடைத் தருக்களாய் மாறி
வேற்றவர்க் காகுமோ
    விறகெனத் தீயுமோ
        விண்ணிலே பறக்குமென் ஆவி
மாற்றமொன் றின்றியே
    மரணமென் றொன்றினை
        வைத்தனை கீதையின் தேனே
காற்றினில் ஆடிடும்
    கட்டையும் நின்கையில்
        காப்பைநீ கண்ணபி ரானே!
ஏழ்கடல் வையம்நீ
    ஏழிசை நாதம்நீ
        ஏழ்தலை முறையும்உன் னிடமே
ஏழ்மையும் செல்வமும்
    ஏற்றமும் வீழ்ச்சியும்
        எவையும்உன் கருணையில் தாமே

தாழிடும் கதவிடைத்
தவித்திடும் ஓர்உயிர்
தாங்கியே வரமளிப் போனே
காழ்மன மின்றிஎன்
வாசலைக் காத்தருள்
கர்த்தனே கண்ணபி ரானே!

'நின்றுவா' என்றுநீ
நீட்டினை கையெனில்
நின்றுநான் பணிசெயக் கடவேன்
'இன்றுவா' என்பதே
இட்டகட் டளைஎனில்
இப்பொழு தேவரத் துணிவேன்
'சென்றுவா' என்றனைத்
திரும்பிவிட் டாயெனில்
திரும்பவும் தோன்றுவேன் நானே
கன்றினைத் தாயிடம்
கறந்தபே ரையனே
கர்த்தனே கண்ணபி ரானே!

பாலினை ஊட்டினாள்
    தாயதில் நஞ்சினை
        பரிந்தளித் தாலும்நான் இல்லை
நூலினை ஊட்டினான்
    குருபிரான் தானதில்
        நோயளித் தாலும்நான் இல்லை
நாலையும் தேற்றினாய்
    நீயெனக் கைவிடில்
        நானிலை பாரதக் கோனே
ஆலிலை மீதிலும்
    அடியேனின் நெஞ்சிலும்
        அமைந்தவா கண்ணபி ரானே!

மானிடச் சாதியில்
    தோன்றினேன் என்பதால்
        மரணமும் உண்டெனக் கண்டேன்
ஊனுடல் மீதிலே
    உன்உடல் போலவே
        ஒளிமிகும் புகழுடல் கொண்டேன்

தேனுடன் நஞ்சினைத்
        தெளித்தபின் என்கையில்
                தேர்தலைத் தந்தருள் கோனே
வானுடன் கலந்தபின்
        பாவியை மடியினில்
                வைத்தருள் கண்ணபி ரானே!

'பித்தரும் பேதையும்
        பத்தரும்' பேசுதல்
                பேதமை போலவே தோன்றும்
சத்தியம் பெற்றதோர்
        பிள்ளையின் நெஞ்சிலும்
                தத்துவப் பித்தமே ஊன்றும்
நித்தமும் உன்னைநான்
        எண்ணினேன் ஆதலால்
                நெஞ்சினைக் கூறினேன் நானே
சித்தனே நின்பதில்
        கனவிலே தோன்றிடச்
                செய்கநீ கண்ணபி ரானே!

✶

காலமகள் கோலம்

காலமெனும் தேவமகள் கையிலுள
துலாக்கோலில்
எந்தஎடை எப்பொழுது எவ்வளவென்
றாரறிவார்?

மன்னுமொரு காலம்உனை மலையேற்றி
வைத்தாலும்
பின்னுமொரு காலமதில் பெருவெள்ளம்
தோன்றிவிடும்!

வளமான காலம்வரின் வணிகருக்கு
வரவுவரும்
அழிவாகும் காலம்வரின் அத்தனையும்
ஓடிவிடும்!

ஒருநாள் உடல்உனக்கு உற்சாக
மாயிருக்கும்
மறுநாள் தளர்ந்துவிடும்; மறுபடியும்
தழைத்துவரும்!

ஆளம்பு சேனையுடன் அழகான
வாழ்வுவரும்
நாள்வந்து சேர்ந்துவிட்டால் நாலும்
கருகிவிடும்!

ஜாதகத்து ராசியிலே சனிதிசையே
வந்தாலும்
பாதகத்தை வணங்காமற் பரிசுதரும்
காலம்வரும்!

எல்லோர்க்கும் ஏடெழுதி இறைவனவன்
வைத்திருக்க
பொல்லாத காலமெனப் புலம்புவதில்
லாபமென்ன?

எவனோ ஒருவன்உனை ஏமாற்றிப்
புகழ்வதுண்டு
மகனே தலைஎழுத்தாய் மாற்றம்
பெறுவதுண்டு!

பழிகாரன் கூடஉந்தன் பாதம்
 பணிவதுண்டு
பலகாலம் தின்றவனே பகையாகிப்
 போவதுண்டு!

மழைக்காலம் மாறிஒரு மார்கழியில்
 வருவதுண்டு
வெயிற்காலம் ஐப்பசிக்கும் விரிந்து
 பரப்பதுண்டு!

பல்லாயிரம் ஆண்டு பாராண்ட
 தலைமுறையும்
செல்லாத காசாகித் தெருவில்
 அலைவதுண்டு!

மன்னவர்கள் போனதுண்டு; மந்திரிகள்
 வந்ததுண்டு;
மந்திரியைத் தீர்த்துவிட்டு மாசேனை
 ஆள்வதுண்டு!

விதிக்கோட்டை நடுவினிலே விளையாடும்
    காலமகள்
சதிசெய்வாள் சிலநேரம் தர்பாரில்
    ஏற்றிவைப்பாள்!

இன்னதுதான் இப்படித்தான் என்பதெல்லாம்
    பொய்க்கணக்கு!
இறைவனிடம் உள்ளதடா எப்போதும்
    உன்வழக்கு!

நாளை பெருநன்மை நடக்குமென
    விதிஇருந்தால்
இன்று பொழுதெல்லாம் இடுக்கண்ணே
    வந்துநிற்கும்!

காதலியாய் வேஷமிட்ட கட்டழகு
    நடிகையெல்லாம்
தாயாக வேஷமிட்டுத் தடியூன்றி
    வருவதெலாம்

காலமகள் விட்டெறிந்த கல்லால்
 விழுந்தகதை!
ஆலமரம் தளருங்கால் அடிமரத்தை
 விழுதுதொடும்!

நீஇழந்த பெருமைஎலாம் நின்மக்கள்
 பெறுவதுண்டு
நீஇழந்த செல்வமெலாம் நின்பேரன்
 அடைவதுண்டு!

வளமான ஊருணிநீர் வற்றாமலே
 இருந்தால்
புதிதான நீர்உனக்குப் பூமியிலே
 கிடைக்காது!

கடல்நீரே குடிநீராய்க் கடவுள்
 படைத்திருந்தால்
அடிநீரைத் தேடிஎந்த அரசாங்கம்
 செலவுசெய்யும்?

கடல்அருகே வீற்றிருந்தும் கடுந்தாகம்
வரும்பொழுதே
கடவுளெனும் ஒருவனது கைச்சரக்கு
நினைவுவரும்!

காக்கை குருவியைப்போல் கவலையின்றி
நீஇருந்தால்
யாக்கை கொடுத்தவனை யார்நினைப்பார்
இவ்வுலகில்?

ஓடுகின்ற வண்டியெலாம் ஊர்சென்று
சேர்ந்துவிட்டால்
தேடுகின்ற கோயிலைநீ தேடாமற்
போய்விடுவாய்!

'எல்லாம் அவன்செயலே' என்பதற்கு
என்ன பொருள்?
உன்னால் முடிந்ததெலாம் ஓரளவே
என்றுபொருள்!

ஓரளவே பேரளவாய் உறங்கிக்
கிடந்துவிட்டால்
சீரழிவை மறுநாளே திறந்துவைப்பாள்
காலமகள்!

காலமகள் கைவரிசை காட்டத்
தொடங்கிவிட்டால்
ஞானமகள் கூடத்தன் நல்லறிவை
இழந்துநிற்பாள்!

சந்திக்கும் விழிகளெலாம் சந்தோஷ
விழிகளெனில்
சிந்திக்கத் தேவையில்லை; தினமும்
திருநாள்தான்!

சட்டியிலே வேகின்ற சரக்கெல்லாம்
சத்தானால்
மட்டின்றிப் படித்துவந்த மருத்துவர்க்கு
வேலைஎன்ன?

நினைத்தவுடன் அத்தனையும் நேரில்
கிடைக்குமெனில்
முயற்சிஎனும் ஒன்றைநீ முழுதும்
மறந்திருப்பாய்!

அதனாலே தான்காலம் அடி-முடியை
மாற்றிவைக்கும்
அதனாலே சோர்வடைந்தால் அடுத்தகடை
திறக்காது!

ஞாலத்தில் நீஒருவன் நடத்துஉந்தன்
நாடகத்தை
காலத்தின் சிந்தனையில் கனவெனவோ
நனவெனவோ?

☼

தன்னை மறந்த லயம்

தானனான தானனான தானனான தானனா
தானனான தானனான தானனான தானனா

ஆடுகின்ற முல்லைமல்லி அள்ளிவீசும் வாசனை
ஓடுகின்ற பஞ்சணைக்கென் உள்ளம் ஓடுகின்றதே
தேடுகின்ற பொன்னரும்புச் சேயிழை ஒருத்தியை
கூடுகின்ற ஆசைஇன்னும் குன்றவில்லை நெஞ்சிலே!

சாமநேரம் வேதம்ஓதும் சக்திதேவன் தத்துவம்
காமதேவன் ஊட்டிவிட்ட காதல்என்ற பக்குவம்
தூமணிக்கண் ஜோதிவஞ்சி தொட்டணைக்கும் கைவலம்
நாம்சுவைக்க நாட்கள்தோறும் நாடுகின்ற தெம்முளம்!

உள்ளெழுந்த வெள்ளமொன்று உட்குடத் திருப்பதேன்
கள்ளவிழ்ந்து தேன்கலந்து கண்மயங்க வைப்பதேன்
அள்ளிஅள்ளி உண்டபின்னும் ஆறுபாய்ந்து செல்வதேன்
கள்வனேனும் அவ்விடத்துக் கைகள்நீட்டி நிற்பதேன்?

கட்டிலிற் கிடந்தபெண்ணைக் காவியங்க ளாக்கினேன்
கட்டளைக் கிணங்கிவண்ணக் கைகளில் ஒடுங்கினேன்
பட்டஇன்பம் பார்த்தஇன்பம் பத்துநூறு ஆயிரம்
கொட்டுகின்ற ஆசைஇன்னும் கோடிகோடி கோடியே!

என்னசாக சங்கள்அந்த இறைவன் செய்தசாகசம்
கன்னிஎன்னும் ஒன்றுவைத்துக் கண்படைத்த மோகனம்
மின்னிமின்னி மேலெழுந்து மெய்சிலிர்க்கும் வாகனம்
தன்னினைவி லாமலென்னைத் தள்ளஎன்ன காரணம்!

சிட்டுமேனி கண்டபோது தேவனை நினைக்கிறேன்
கட்டிமுத்தமிட்டபோது கண்ணனை அழைக்கிறேன்
கொட்டிஇன்பத் தேன்குடிக்கக் கோதையைப் படைத்தவன்
தட்டிலாமல் மேலும்மேலும் தருமபடிக்கு
வேண்டினேன்!

✲

ஓர் இரவு

பொன்னருவி பொங்கிவரும் வண்ணமணி
மேடை
புன்னகை முகங்களென மின்னும்மலர்
வாடை
அன்னமெனத் தென்றல்வரும் ஆடியிளங்
கோடை
என்னுடன் இருந்ததொரு கன்னிமயிற்
பேடை!

தென்னையில் எழுந்தஇசை சிந்துகவி
பாடும்
புன்னையில் இலங்குமலர் மெல்லநட
மாடும்
மன்னிய குயிற்பறவை வந்துசுதி
போடும்
என்னையும் மறந்தபடி இன்பநிலை
கூடும்!

சந்தன மரங்களிடை வந்துவிளை
யாடும்
பந்தென எழுந்துதுணை கண்டுறவு
கூடும்
மந்திர மறிந்தஅணில் கண்டசுவை
கூறும்
தந்திர மறிந்தமனம் மங்கையிடம்
தாவும்!

வானமவள் பார்த்தபடி மஞ்சமதில்
விழவும்
யானவளைப் பார்த்தபடி நெஞ்சமதில்
உறவும்
தேனென மலர்ந்தஇதழ் தேகசுகம்
பெறவும்
ஞானமது ஞானமொரு நாழிகையில்
நிலவும்!

அள்ளிவிளை யாடுவதில் ஆறவிலை
மேனி
துள்ளிவிளை யாடியது தோளழகுத்
தேனி
கள்ளவிழும் கூந்தலிடை கைபதியும்
ஞானி
உள்ளுருக ஊனுருக ஓடியது
தோணி!

☼

நான் மட்டும் அறிந்த கதை

தைமாத மேகமெனத்
 தவழ்ந்தாடும் பூங்கொடியே
கையோடு நீஇணைந்தால்
 கற்பனைகள் ஊறுமடி!

முக்காடு நீக்கியுந்தன்
 முகநிலவைப் பார்த்தபின்பு
எக்காடு வந்தாலும்
 ஏக்கமெனக் கில்லையடி!

பொங்கு தடந்தோளில்
 புல்லரித்து வீழ்ந்துவிட்டால்
தங்கு—தடை இல்லாமல்
 தமிழ்க்கவிதை ஊறுமடி!

பூக்காட்டுக் கூந்தலினைப்
 புறமெடுத்து முத்தமிட்டால்
சாக்காடு வந்தாலும்
 சஞ்சலமேன் கூடுமடி!

பொன்னிழைத்த மெல்லிடையைப்
பொருந்த அணைத்துவிட்டால்
கண்ணிழைத்த பாபமெல்லாம்
கரைந்துருகிப் போகுமடி!

செவ்வாயில் ஓர்நிமிடம்
ஜீவனுறப் பாய்ந்துவிட்டால்
தெவ்வாதி தேவருக்கும்
தேராத இன்பமடி!

கல்வாழை இலைகளெனக்
கனிந்திருக்கும் கன்னமெலாம்
கொல்வாளைப் போலெழுந்து
கொடுக்கத்தான் அழைக்குமடி!

மந்திரத்தில் கட்டுண்ட
மாயன்போ லேஎனது
சந்தனத்து மார்பினில்நீ
சாய்ந்தாலே போதுமடி!

வாழைத் தொடைகளில்நான்
வசமிழந்த வேளையிலே
ஏழைபோல் தோன்றிடுவேன்;
என்னதான் விந்தையடி!

ஆரத் தழுவியவா
றசையாமல் நானிருந்தால்
சாரம் குடித்தமனம்
சதுராட்டம் போடுமடி!

பாவைஉனை வேதன்
படைக்காமல் போயிருந்தால்
சாவைத்தான் இளமையிலே
சந்திக்க வேண்டுமடி!

காதலியே! எந்தன்
கற்பனையின் நீரூற்றே!
போதை புலம்புதடி;
பொருளுரைக்க வில்லையடி!

ஊர்பே ரறியாமல்
உயிர்துறந்த பைங்கிளியே
ஊமை மனதுமட்டும்
உனைத்தேடி வாடுதடி!

தொட்டிலிலே பேரன்மார்
தூங்குகிற வயதினிலும்
கட்டிலிலே நீ கொடுத்த
கதையே நினைக்குதடி!

அன்பே! உன் ஆன்மா
அமைதியுற வேண்டுமென
என்பாடல் ஒன்று
எழுதி முடிந்ததடி!

☼

ஜீவாத்மாவின் ஆசைகள்

அழகான சிறிய வீடு
அடுக்காகப் புத்த கங்கள்
பழங்கால ஓவி யங்கள்
பஞ்சணை குளிர்ந்த காற்று
தொழத்தக்க இளைய கன்னி
தொண்டுக்கோர் சிறிய பையன்
எழிலான காகி தங்கள்
எழுதுகோல் பழுதில் லாமல்!

பழுதிலாக் கண்ணன் பற்றிப்
பாடல்நான் பாட வேண்டும்
எழுதிநான் பாடும் போது
இளையவள் ஆட வேண்டும்!
எழுதரும் கலைகள் யாவும்
எம்மிடம் பணிதல் வேண்டும்
இழைகூட நுழையா வாறு
இருவரும் இணைதல் வேண்டும்!

சந்திரன் ஒளியில் தென்னை
சாய்ந்திடும் நிலாமுற் றத்தில்
செந்தமிழ்ப் பெண்ணாள் மார்பில்
சில்லென்று சாய்தல் வேண்டும்!
மந்திரம் போட்டாற் போல
மயக்கத்தில் கிடந்து மீண்டும்
அந்தியில் தொடர்தல் வேண்டும்
ஆனந்தம் வளர்தல் வேண்டும்!

வறுமைஇல் லாமல் நீந்தி
வளமான கோப்பை ஏந்தி
பெறுவது ஆத்ம சாந்தி
பிறப்பில்நான் சூர்ய காந்தி!
பிறப்பையும் மறந்து? வஞ்சப்
பேதையர் தமை மறந்து,
இறப்பையும் மறந்து, வாழ்வில்
இன்பமே நிறைதல் வேண்டும்!

கொண்டுவந் தாரு மில்லை;
கூடையில் வாரி வாரிக்
கொண்டுபோ னாரும் இல்லை;
குறையிலாச் சுவைகள் யாவும்
உண்டுபார்த் திருந்து இந்த
உலகத்தை மறந்தா லென்ன!
வண்டுக்கு நீதி என்றால்
மனிதர்கள் செயக் கூடாதோ?

☼

தலைவி

கட்டுக் குழல்முடித்து மல்லிகை யிட்டு
கன்னங் களில்அழகு மந்திர மிட்டு
பொட்டுக் குலுங்கநிற்கும் பூவை இவளே
பொங்கும் தமிழ்த்தலைவி சங்க மகளே!

வண்ணச் சிலம்பிலிவள் கண்ணகி என்பார்
வார்க்கும் தொகைகளிலே பேரை மறைப்பார்
கண்ணன் கதையிலிவள் ராதை வடிவம்
காவியக் கம்பனுக்குச் சீதை உருவம்!

அந்திப் பொழுதிலிவள் தன்னை மறப்பாள்
அள்ளி அணைக்கவந்தால் கண்ணை
                                    மறைப்பாள்
சந்திக்கும் வேளையிலே குற்றம் மறப்பாள்
தலைவன் பிரிந்தவுடன் பத்தும் நினைப்பாள்!

தென்றல் சுடுவதென்று சேதி யுரைப்பாள்
தேயும் நிலவினுக்கும் நீதி யுரைப்பாள்
மன்றத்தில் பெண்களிடம் நெஞ்சை விரிப்பாள்
மயக்கத்தில் சொன்னதென்று மாற்ற முரைப்பாள்

பாலும் கசக்குதென்று பாடம் படிப்பாள்
பள்ளியில் முள்ளிருக்கப் பார்த்தனன் என்பாள்
நாலும் இழந்தநிலை நங்கை யடைவாள்
நாடகப் பெண்மையெனப் பாவம் புரிவாள்!

காமன் படைத்துவிட்ட கற்பனைச் சிட்டு
காப்பியத் தேரில்வரும் தாமரை மொட்டு
சாமத்திலே மலரும் தங்க நிலவு
சரசத்திலே உதிரும் இன்பக் கனவு

ஊடலிலே ஒதுங்கி மெள்ள எழுவாள்
உண்மைகளை மறைத்து ஓட எழுவாள்
கூடலிலே மயங்கித் துள்ளி விழுவாள்
கொஞ்சும் தமிழில்ஒரு கோடி தருவாள்!

அச்சத்திலே சிறிது மிச்ச மிருக்கும்
ஆசையும் நெஞ்சிலொரு பக்க மிருக்கும்
கச்சை துடிக்கவரும் மூச்சு வளரும்
கலந்து விட்டால்பிறகு பேச்சு வளரும்!

தூக்கத்திலும் எழுந்து முத்தம் கொடுப்பாள்
தோய்கின்ற முத்தங்களில் சத்தங் கொடுப்பாள்
ஈர்க்கின்ற கூந்தலுக்குள் மூடி எடுப்பாள்
எங்குநீர் கற்றதென்று கேள்வி தொடுப்பாள்!

காலைப் பொழுதிலிவள் கண்ணகித் தெய்வம்
கடும்பகலில் எனது அன்னை வடிவம்
மாலைப் பொழுதிலிவள் மாதவி வண்ணம்
மஞ்சத்தில் வந்துவிட்டால் கொஞ்சிடும் அன்னம்!

மனதில் இருப்பவளோ சின்னத் தலைவி—எனை
மணந்து முடித்தவளோ பாதிக் கிழவி
கனவினில் வந்தவளோ சிட்டுக் குருவி—உயர்
கற்பனையை நெஞ்சினிலே கொட்டும் அருவி!

தலைவி திருமகள்போல் வந்திட வேண்டும்—என்
தலைவிதியில் அதற்குமொரு இடம்ஒன்று வேண்டும்
கலைமகள் போலொருத்தி துணைவர வேண்டும்—
அந்த
கடவுள் மனதுவைத்துத் தந்திட வேண்டும்!

✯

பொன்னம்மா என் மனைவி

என்மனைவி என்வீடு
 என்மக்கள் என்றெல்லாம்
என் 'பேனா' ஓர்நாளும்
 எழுதியதேஇலை; அறிவீர்!

ஆனாலும்எனை அன்று
 ஆளவந்த சீமாட்டி
தன்னைப் புகழ்ந்துரைக்கத்
 தருணமிது வந்ததின்று!

பொன்னழகி என்மனைவி
 பூமியிலும் பொறையுடையாள்!
'பொன்னம்மா' என்றழைப்பேன்
 பொங்கிவரும் அன்பினிலே!

அன்னைஎன எனைநாளும்
 ஆதரிக்கும் நலமுடையாள்!
பொன்னழகு இலைஎனினும்
 பொங்கிவரும் குணத்தழகு!

தாழையாம் பூமுடித்துத்
 தடம்பார்த்து நடைநடந்து
வாழைஇலை போலஎந்தன்
 வாசலுக்கு வந்தமயில்!

மானமே ஆடைகளாய்
 மரியாதை அணிமணியாய்
நாணமாம் காலெடுத்து
 நடந்துவந்த வண்ணமலர்!

செவிகள்பழு தானாலும்
 சேவைச் சிறப்பால்என்
கவிகள்பழு தாகாமல்
 காத்துவந்த ராஜாத்தி!

காதோரம் பொய்பேசி
 கண்ணெதிரே தீங்கிழைத்து
சேதாரமாகி மனம்
 சிதைந்துவிடச் செய்யாமல்
ஆதாரமாக நிற்கும்
 அன்புப் பெரும்பரிசு!

பெண்ணென்றால் என்னவென்று
    பெரிதும் அறிந்தபின்பே
பொன்னம்மா என்னவென்று
    புத்தியில்நான் கண்டுகொண்டேன் !

பட்டகடன் கொஞ்சமல்ல;
    பரிதவிப்பும் கொஞ்சமல்ல;
கெட்டகதை கொஞ்சமல்ல,
    கீழ்நிலையும் கொஞ்சமல்ல!

தற்கொலைக்கு நான்முயன்ற
    சரித்திரமும் கொஞ்சமல்ல!
அத்தனையும் தாங்கிஇன்று
    யாருக்கு வாழுகின்றேன்?
தத்தையவள் என்மனைவி
    தாலிக்கே வாழுகின்றேன் !

குடிக்கத் துணிந்ததற்கோ
    குத்துகின்ற ஊசிகட்கோ
கண்ணான என்மனைவி
    காரணமாய் நின்றதில்லை!

அத்தைமக ளல்ல;
அந்நியந்தான் என்றாலும்
சத்தியத்தில் வந்துதித்த
சமத்துக் குலமகள்தான்!

பொன்னம்மா சமையல்என்றால்
பூமியெல்லாம் வாசம்வரும்!
தக்காளிப் பச்சடியும்
சாம்பாரும் காய்கறியும்

கொத்துமல்லிச் சட்டினியும்
கோவைக்காய்ப் பொரியலுமாய்
அள்ளிஅள்ளி வைத்துஎனை
அருகிருந்து பார்த்திருப்பாள்!

சீர்வரிசை ஒன்றுமில்லை
சீதனங்கள் ஏதுமில்லை
பேர்வரிசை ஒன்றினையே
பெட்டகமாய்க் கொண்டுவந்தாள்!

இன்னும்பல் லாண்டு
 இறைவன் கொடுப்பதற்கே
என்மொழியில் அவள்புகழை
 ஏற்றமுறப் பாடுகிறேன் !

பொன்னம்மாள் வாழ்க! தந்த
 புத்திரரும் நனிவாழ்க!
கண்ணபிரான் பேரருளே
 காலமெலாம் எமைக்காக்க!

☼

(9-2-1950 அன்று தொடங்கிய திருமண வாழ்க்கை 9-2-1975 அன்று 25 ஆண்டுகள் நிறைவெய்தியதன் நினைவாக-தொ.ஆ)

கட்டிய பொண்டாட்டி

மஞ்சள் நதிமுகம் அஞ்சிச் சிவந்திட
மஞ்சள் விரித்து வைத்தாள்—தனதோர்
நெஞ்சைத் திறந்து வைத்தாள்—அந்தப்
பிஞ்சு மயில்தனைக் கட்டிப் பிடித்ததும்
பிள்ளையைப் போல் குதித்தாள்—சுகமோ
கொள்ளை என்றே கொடுத்தாள்!

சாய்ந்து இரண்டுளம் பாய்ந்து துடிக்கையில்
தாலியைச் சாட்சி வைத்தாள்—உனக்கே
ஆலிலைக் காட்சி என்றாள்—அவள்
சாந்துப் பொட்டில்ஒரு முத்தமிட்டேன்—அதில்
நீந்திக் களித் திருந்தாள்—முதல்
சாந்தி முடித் திருந்தாள்!

கட்டிக் கிடந்திரு கன்னம் வருடி
   கைகளைப் பாராட்டி—எனதிரு
     கண்களைச் சீராட்டி—மலர்
கட்டிலின் நாட்டிய ஓசையி லேஇன்பக்
   காவியத் தாலாட்டி—அணைத்தாள்
     கட்டிய பெண்டாட்டி!

காசு பணத்தினில் ஆசைவைக்கும் சில
   வேசியரைப் பார்த்தேன்—அவரையும்
     பூஜையறை சேர்த்தேன்—அந்தத்
தாசிமக்கள் தங்கள் சேலை விரித்தலில்
   தந்திரமும் பார்த்தேன்—பொய்மை
     மந்திரமும் கேட்டேன் !

எத்தனை பெண்கள்இம் மண்ணில் இருந்தென்ன
சத்தியம் சம்சாரம்—அவள்தான்
சாமி அவதாரம்—அந்தப்
பத்தினி கைகளில் பள்ளிகொண்டா லது
பக்திப் பிரவாகம்—இறைவனின்
சக்தி உறவாகும்!

☼

ஆரோக்கியமான உறவு

கனிவான பொட்டிட்டு
 கார்மேகக் குழலிட்டு
  கண்டாங்கி போர்த்தும் அழகு
கட்டாணி முத்தென்று
 இட்டிட் டெடுக்கின்ற
  கண்ணாடி வாயின் அழகு
இனிதான மொழிசொல்லி
 இதமான மார்போடு
  இரண்டொன்றென் றாகும் அழகு
இன்றைக்கும் என்றைக்கும்
 இப்போதும் எப்போதும்
  இவள்மேனி கொள்ளை அழகு
அன்புக்குப் பேர்போன
 சம்சாரம் அவளோடு
  ஆனந்த மான இரவு
அதுபோல எதிலுண்டு
 முழுதான சுகமுண்டு
  ஆரோக்ய மான உறவு!

அழுகல் பிணம்தொட்டு
　　நரகம் அணைக்கின்ற
　　　　அறிவற்ற பேதை மனிதர்!
ஐந்தென்றும் பத்தென்றும்
　　விலைபேசி வருகின்ற
　　　　அன்பென்ன உறவி லினிதா?
இழுப்பார்க்கும் அணைப்பார்க்கும்
　　இரவுக்குப் பெண்டாகும்
　　　　இடுகாட்டுப் பேய்கள் சுகமா?
என்றைக்கும் நீயன்றி
　　இறைகூடக் காணாத
　　　　இல்லாளின் மேனி சுகமா?
சம்சாரம் அவளோடு
　　தழைக்கின்ற இரவென்றும்
　　　　சந்தோஷ மான இரவு
தாயாகிச் சேயாகி
　　மனையாகித் தருகின்ற
　　　　சர்வாங்க இன்ப உறவு!

மார்போடு மார்பாட
    மாங்கல்யம் ஊடாட
        மஞ்சள் முகத்தில் ஊறி
மல்லாந் திருக்கின்ற
    கல்யாண தெய்வத்தின்
        மணிவாயில் முத்து வாரி
ஊராரின் சொல்பற்றி
    உயர்வான புகழ்பற்றி
        ஒருகோடி வார்த்தை யாடி
ஒருவெள்ளி விடிவானில்
    வருகின்ற வரைஅங்கு
        உள்ளத்தில் வெள்ளம் ஓடி
சேர்கின்ற பிரிகின்ற
    சிரிக்கின்ற அணைக்கின்ற
        சிங்கார மான இரவு
சிறிதே பிரிந்தாலும்
    பெரிதே துயர்என்னும்
        தெய்விக மான உறவு!

பக்கத் திருந்தள்ளி
 வைக்கின்ற கைகட்கு
  பல்லாண்டு பாடு மனமே!
பள்ளித் தலத்தங்கு
 தெய்வம் தழைக்கின்ற
  பல்லாக்கி லாடு மனமே!
வெட்கத்தில் ஊடாகி
 அச்சத்தில் போராடி
  விழுகின்ற மனைவி மனமே
வேதாந்த ஞானங்கள்
 சித்தாந்த யோகங்கள்
  விரிக்கின்ற சொர்க்க சுகமே
பெண்டாட்டி அவளோடு
 பெருகின்ற இரவொன்றும்
  பிழையாத அன்பு இரவு
பித்துப் பிடித்தன்ன
 முத்தம் வளர்க்கின்ற
  பேரின்ப மான உறவு!

அன்பான இதமான
    பண்பான பதமான
        அணிபோன்ற மனைவி அவளே
என்போடும் சதை,ஆவி
    எல்லாம் கலக்கின்ற
        இணையற்ற தெய்வ மகளே
கண்போட ஒருமேனி
    கைபோட ஒருமேனி
        என்பாரின் காதல் சுகமோ
கழுதைக்குப் பொட்டிட்டு
    மையிட்டு வைத்தாலும்
        கனிவான காதல் தருமோ
தென்பாங்கு குறையாத
    தெய்விக இரவென்றும்
        தீராத கோடி இரவு
செத்துக் கிடக்கின்ற
    பத்துப் பிணங்கட்குத்
        தெரியாது அந்த உறவு!

✫

குத்துவதேன் ஊசி...?

சுவரென்று தெரிந்தும் மோதின்
    தொல்லைகள் அவனைச் சாரும்
சுவரென்று தெரிந்தும் ஆடின்
    கடன்கார னாவ துண்மை
தவறென்று தெரிந்தும் செய்வான்
    தண்டனை அனுப விப்பான்
இவைநன்றாய் உணர்ந்த யானே
    எனக்குளோர் தீங்கு செய்தேன் !

சத்தியம் தவறும் கூட்டம்
    தருமத்தை மறந்த கூட்டம்
வித்தைகள் காட்டும் கூட்டம்
    வேதனை வளர்க்கும் கூட்டம்
நித்தியம் பார்த்துப் பார்த்து
    நெஞ்சமே வெந்து வெந்து
'பெத்தடின்' ஊசி போட்டேன்
    பிறிதென்னைக் காப்பவர் யார்?

சந்திக்கும் மனித ரெல்லாம்
 தலையையே தின்கின் றார்கள்
வந்தித்து வாழ்த்துச் சொல்ல
 வழியிலே ஒருவ ரில்லை;
நிந்தித்தே பழகிப் போன
 நீசரைத் தினமும் கண்டேன்
சிந்தித்தே ஊசி போட்டேன்
 சிறிதென்னைக் காக்க வேண்டி!

யோகியின் உள்ளம் கர்ம
 யோகத்தில் ஆழ்ந்த சிந்தை!
ரோகியின் நரக வாழ்க்கை
 நோய்கொண்ட துணைவர் சேர்க்கை!
போகியின் பருவ தாகம்
 பொய்யான மயக்கம் இன்பம்
ஆகிய இவற்றைச் சேர்த்தால்
 அடியவன் பெயரே தோன்றும்

ஆமையின் கழுத்தைக் கண்டீர்
  அடியில்நீர் அறியா ஒன்று!
ஊமையின் மொழியைக் கேட்டீர்
  உண்மைநீர் உணரா ஒன்று!
நாம்எம துண்மை சொல்ல
  நாணந்தான் குறுக்கே நிற்கும்!
சாமிதான் நம்மைக் காத்துச்
  சாவினைத் தருதல் வேண்டும்!

☼

இடி புயல் மழையாய் எழுகவே!

ஞானம் தூங்கினால் நல்லறம் தூங்குமே
நலங்கள் தூங்கினால் நானிலம் ஏங்குமே
கானம் தூங்கினால் கலைகளும் தூங்குமே
கலைகள் தூங்கினால் காவியம் ஏங்குமே!

தானம் தூங்கினால் தவங்களும் தூங்குமே
தவங்கள் தூங்கினால் தருமமும் ஏங்குமே
வானம் தூங்கினால் வையகம் தூங்குமே
வாராய் தேவனே மணிமழை பொழிகநீ!

பச்சை மண்ணிலே பசுமையாம் ஊஞ்சலில்
பருவ மங்கைபோல் பழங்களே கொழிக்கவும்
கச்சை மாதர்போல் காடுகள் தோன்றவும்
காடுகள் யாவையும் கழனிகள் ஆகவும்

நெற்செய் வயலெலாம் நெடிதுயர்ந் தாடவும்
நீளும் புன்செய்கள் தாளங்கள் போடவும்
இச்சை கொண்டுநீ எழுகஎம் தேவனே
எங்கும் எங்கணும் இன்மழை பொழிகநீ!

வானில் நிருத்தியம் வளரிடித் தாளங்கள்
வண்ணமாம் மின்னல்கள் வளரொளி நடனங்கள்
கானில் மேகங்கள் கடுமழை வெள்ளங்கள்
காணத் துடிக்கிறோம் கவின்மழை பொழிகநீ!

தேனின் துளிகளைத் தேசத்தில் ஊற்றுக
சேரும் நதிகளில் திருப்புனல் காட்டுக
ஆனினம் உயிரினம் அனைத்தும் வாழவே
ஐய பெய்கவே, அம்மையே பொழிகவே!

☼

பாருங்க சாமி--இது பாரத பூமி!

(இசைப்பாடல்)

கற்பாம் மானமாம்
கண்ணகியாம் சீதையாம்
கடைத்தெருவில் விற்குதடா—ஐயோ பாவம்!
காசிருந்தால் வாங்கலாம்—ஐயோ பாவம்!

கம்பனுக்குச் சொல்லுங்கள்—இதைக்
கவிதை எழுதுவான்—அந்த
வள்ளுவனைக் கூப்பிடுங்கள்
வாழ்த்துப் பாடுவான்!

அவள் பெயரோ அருந்ததி
ஐம்பது ரூபாய்!
இவள் பெயரோ அகலிகை
இருபது ரூபாய்!

பத்தினிகள் பேரை வைத்துப்
பரத்தையரை வளர்த்துவிடும்
பாரதபூமி—கற்பைப்
பாருங்க சாமி!

அந்தி பகல் பெண்ணைத் தேடும்
ஆடவர்கள் சிந்தனை—அங்கே
அபலைப் பெண்கள் வயிற்றுக்காக
விரித்து வைப்பார் பஞ்சணை!

வண்டு வந்து தேன் குடித்தால்
மலருக்குத்தான் தண்டனை!—தினம்
வழுக்கி விழும் பெண்களுக்கு
சட்டத்திலும் வஞ்சனை!

மனமறிந்து தவறு செய்வோர்
மாளிகையில் இல்லையோ—புது
மலர்களுக்கு ஆளனுப்பும்
மன்னவர்கள் இல்லையோ!

பணமிருப்போர் குடிகெடுத்தால்
பாதுகாக்கும் சட்டமே—நீ
வலையை வீசிப் பிடிப்பதெல்லாம்
ஏழைகளை மட்டுமே!

குணமிருந்தும் தவறு செய்வாள்
குழந்தைக்காக ஒருத்தி—இந்தக்
கொடுமை செய்ய உடன்படுவாள்
குடும்பம் காக்க ஒருத்தி!

படித்திருந்தும் வேலையின்றிப்
பள்ளிகொண்டாள் ஒருத்தி—திரைப்
படத்தொழிலில் ஆசைவைத்து
பலியானாள் ஒருத்தி!

தாய்மொழியாம் தாய்நாடாம்
தாய்மையெனும் பண்பாம்—இங்கு
சத்தியமாம் தத்துவமாம்
தர்மமெனும் ஒன்றாம்!

கண்ணீரில் மிதக்குதடா
கற்புஎனும் ஓடம்—இது
கம்பனுக்கும் வள்ளுவர்க்கும்
கடவுளுக்கும் பாடம்!

☼

கோரிக்கை

கணவன்:

கைக்கோர் கடிகாரம்; கழுத்துக்குத்
தங்கநகை;
காலுக்கு 'பாட்டா;' காஞ்சிநகர்
துப்பட்டா;
இறக்குமதிப் பேனா; இங்கிலீஷ்
துணிவகைகள்;
அம்பாஸிடர் மோட்டார்; அழகான
கண்ணாடி;
தந்தால்தான் உன்னைச் சம்சாரம்
என்பேன் நான்;
விரைவில் தரவிலையேல் வேலை
நிறுத்தம்தான்!

குழந்தை:

முத்தாலே லோலாக்கு; முகம்கழுவப்
புதுசோப்பு;
சிவகாசி மத்தாப்பு; சிங்காரக்
கைக்காப்பு;

முன்னூறு ரூபாய்க்கு முட்டாயும்
    ரொட்டிகளும்
என்கையில் தந்தால்தான் இனிச்செல்வேன்
    பள்ளிக்கு;
விரைவில் வரவில்லையேல் வேலை
    நிறுத்தம்தான்!

சமையற்காரன்:

சம்பளத்தைக் கூட்டு; சட்டைதுணி
    மணியோடு
தினந்தோறும் பலரூபாய் சினிமாக்கள்
    பார்ப்பதற்கு;
புத்தம்புதுச் சைக்கிள்; பூப்போல
    ஒரு தத்தை
தந்தால்தான் நாளைமுதல் சமையலுக்கு
    வருவேன்நான்;
விரைவில் வரவில்லையேல் வேலை
    நிறுத்தம்தான்!

பெரியமகன்:

கல்லூரிப் படியேற கால்நூறு
தினந்தோறும்;
காதலிக்குக் கண்டாங்கி; கடைகளுக்குச்
சென்றுவர
ஐயாயிரம் ரூபாய்; அன்பான
நண்பருக்குச்
செலவழிக்கப் பலரூபாய் தினமும்
தரவேண்டும்;
விரைவில் வரவில்லையேல் வேலை
நிறுத்தம்தான்!

கோழிகள்:

நாளும் படியரிசி; நல்ல
கனிவகைகள்;
வேளைக்குக் கறிசோறு; வீதிவலம்
போவதற்கு
காலில் சிறுவளையல் கட்டாயம்
தரவேண்டும்
விரைவில் வரவில்லையேல் வேலை
நிறுத்தம்தான்!

நாய்:

>காலையிலே ஓர் ஆடு; கடும்பகலில்
> இரண்டாடு;
>மாலையிலே மூன்றாடு; மல்லிகைபோல்
> பாற்சோறு;
>ஒருவேளை குரைப்பதற்கு ஒருகோழி
> தரவேண்டும்;
>நாளை தரவிலையேல் ராத்திரிக்குக்
> காவலிலை!
>விரைவில் வரவிலையேல் வேலை
> நிறுத்தம்தான்!

எதிர்வீட்டுக்காரர்கள்:

>கோழிக்குச் சோறுகொடு! குழந்தைக்கு
> ரொட்டிகொடு!
>கணவனுக்கு நகைபோடு! கைநிறையக்
> காசுகொடு!
>வாழை மரங்களுக்கும் வைரத்தால்
> உரம்போடு!
>நாளையே தரவிலையேல் நாங்களதை
> ஆதரிப்போம்!

வேலை நிறுத்தத்தை விளம்பரத்தால்
அதிகரிப்போம்!
கடையடைப்புச் செய்வோம்; கழுத்தறுப்பும்
உடன்செய்வோம்!
இன்குலாப் ஜிந்தாபாத்! எங்களுக்கும்
சாம்பார்பாத்!

வீட்டுக்காரி:

இத்தனைக்கும அள்ளிவிட என்னிடத்தில்
செல்வமில்லை
என்னையே தின்பதெனில் இப்பொழுதே
சம்மதம்தான்!

☆

வன்முறையே நன்முறையா?

இருப்புப் பாதைகள் இடத்தைவிட் டகன்றன
நெருப்புக் கங்குகள் நிலமெலாம் தெறித்தன
சரக்கு வண்டிகள் தவிடுபோ லாயின
சாலையில் குருதியே சகதிபோல் கிடந்தது!
வெடிகள்வா ணங்கள்போல் விழுந்தன; பறந்தன!
'வீழ்க'என் றேசிலர் வீதியில் ஓடினர்!
கொடிகளோ டொருபடை கோஷித்துச் சென்றது;
'கொடுஎங்கள் நாட்டை' என்றோர்கூட்டம் கொதித்தது
பள்ளியின் மாணவர் பயந்துபோய்த் திரும்பினர்
பாவையர் நெஞ்செலாம் பதறினர் ஓடினர்!
காவலர் இல்லங்கள் கடிதங்கள் நிலையங்கள்
கோயில்சாம் பிராணியின் கொழுந்துபோல் புகைந்தன;
எங்கணும் வன்முறை; எங்கணும் கல்லறை!
அங்குவந் தானொரு அந்நிய நாட்டினன்
'என்னஇக் கோல'மென் றேங்கியே கேட்டனன்,
"தாயம் தந்ததோர் ஜனநா யகக்கொடி
பூமலர் கின்றது புதுப்புது வகையிலே
பாருங்கள்" என்றுயான் பணிவுடன் கூறினேன்,
கேலியால் புன்னகை கிளர்த்தினார் அந்நியர்!

வன்முறைக் கூட்டமே! வன்முறைக் கூட்டமே!
வளரும்என் பூமியை வதைக்கவா தோன்றினீர்?
வீடுவேண் டும்என்று வீட்டையே கொளுத்தினீர்
நாடுவெண் டும்என்று நாட்டையே பொசுக்கினீர்
காய்ந்ததோர் எலும்பினைக் கடிக்கின்ற குக்கலின்
பல்லிடை வரும்ரத்தம் பசிதீர்க்க உதவுமோ?
அங்குலக் கணக்கிலே வளர்ந்ததோர் அழகினை
அடியடி யாகநீர் அழிப்பதே 'கொள்கை'யோ?
எத்தனை காலமாய் ஏற்றிய விளக்கினை
பித்தனைப் போலநீர் அணைப்பதே பெருமையோ
தன்முறை நியாயங்கள் தர்மங்கள் எதனையும்
வன்முறை வழங்குமோ, வழிமுறை இல்லையோ?
பாரதப் புதல்வரே! பைந்தமிழ்ப் பிள்ளைநான்
கால்களில் வணங்கினேன் ! கத்தியும் புத்தியும்
வேறுவே றாம்வரை வீட்டுக்கு வாழ்வில்லை!
கோரிக்கை கூறுங்கள்; கூடுங்கள்; பேசுங்கள்;
உண்ணா விரதத்தால் உயிர்விட்டுக் காட்டுங்கள்!
பொதுச் சொத்து உங்கட்கும் பொதுசொத்தே அல்லவா
பொசுக்காதீர்; உம்மைநீர் பொசுக்காதீர் நண்பரே!

☼

நெஞ்சில் இட்ட நெருப்பு!

வானளாவிய மாளிகை ஒன்றுகாண்;
    வண்ணமிக்க சென்னையிற் கட்டினோம்!
ஈனராய மானிடப் பாவிகள்
    எவர்கொளுத்தினர் என்ப தறிகிலோம்
மானம்போய மாதரின் வாழ்க்கைபோல்
    வானைமுட்டிய தீயினைக் கண்டனம்
தீனர்தங்கள் குரலொலி போலவே
    தீக்கிடையிலும் வெடிஒலி கேட்டனம்!

தமிழர்நாட்டினில் தழைத்ததோர் மாளிகை
    தாயிழந்த மகவென ஆயது
இமைதிறந்து நோக்கிய கண்களோ
    இரங்கிநின்றுகண் ணீரினைப் பெய்தன!
நமதுசொத்துஇந் நாடென நாடிடா
    நன்றிகெட்ட நாய்களின் செய்கையால்
அமுதமேந்தும் கலசம் அழிந்தது,
    அட்சயபாத்திரம் தீயினில் வெந்தது!

உயிரைவைத்து உதவுமோர் நிறுவனம்
 உயிரைவைத்துப் பூட்டிய மாளிகை
கயிறிழந்த காரிகை போல்வதை
 காணக்காணக் கலங்கிடும் நெஞ்சமே!
வயலெரிந்ததை உழவன் கண்டதுபோல்
 வயிறெரிந்தது தீயினைக் கண்டதும்!
பயிரைமேய்ந்த பாதகர் தம்மையே
 பரமன்காட்டுவான்; பக்தியை நம்புவோம்!

என்னஇந்த மானிடச் சாதியோ
 இலைபறித்திட மரத்தினை வெட்டுவதும்!
தன்னைஈன்ற தாயகம் என்பதை
 தாய்மறந்த சேய்கள் மறந்தனவோ!
மின்னிமின்னி எழுந்தவெந் தீயிடை
 மேன்மையாம்தமிழ்ப் பண்புகள் வெந்தன
கன்னிபெற்ற பிள்ளைகள் செய்கையால்
கடவுள்பெற்ற பிள்ளைகள் நொந்தன!

தத்துவம்இது தங்களுக் கென்பதை
    சாற்றவோர்சில மூடரும் உண்டுகாண்!
பித்தருக்கிது தத்துவம் ஆம்எனில்
    பேடிமைஎனச் சாற்றுக மைந்தரே!
சத்தியத்தினைத் தணலில் எரிப்பது
    தத்துவம்எனில் தத்துவம் சாகவே!
இத்தகைத்த குணங்களை வெல்லுவோம்
    இனியபாரதம் என்றும் செழிக்கவே!

☼

II

தேசம்

இந்திய வானம்

அந்தியில் செம்மை காட்டும்
    ஆயினும் நீலம் காட்டும்
சந்தியில் வெண்மை காட்டும்
    தடமழை பொழிந்த பின்னர்
சிந்திய வண்ணம் ஏழில்
    வானவிற் சிறப்புக் காட்டும்
இந்தியப் பரந்த வானம்
    இத்தனை எழிலும் காட்டும்!

பிரிவினில் உறவு என்றும்
    பேதத்தில் ஒருமை என்றும்
கருவினில் ஒன்று என்றும்
    காட்சிதான் வேறாம் என்றும்
ஒருபெரும் நாட்டின் கூறே
    ஒன்பதின் மேலாம் என்றும்
திருவுலாம் பாரத நாட்டை
    செப்புவர் உலக மாந்தர்!

சரித்திர காலந் தொட்டு
சமயத்தால் ஒருமை கண்டும்
விரித்ததோர் தத்து வத்தின்
விதையெலாம் ஒன்றே என்றும்
பிரித்திட முடியா தாகப்
பிறந்ததோர் பாரத நாட்டை
திரித்தனர்; பிளந்துவைத் தோர்
தீமைக்கே விதைவிதைத் தார்!

இனியொரு பிரிவு மில்லை
இழைநிலைப் பிழையும் இல்லை
தனியொரு நாடே எங்கள்
தாயகம் என்று வாழ்வோம்;
இனமொரு இனமே என்றும்
இயல்பொரு இயல்பே என்றும்
மனமொரு மனமே என்றும்
வாழ்க்கையைத் தொடரு வோமே

☼

வெள்ளிவிழாச் சபதம்

ஆவினங்களும் மாவினங்களும் அடிமையாயின
அன்றுகாண்
அள்ளுமாங்குயில் புள்ளினங்களும் அஞ்சிவாழ்ந்ததும்
உண்டுகாண்
நாவுறங்கிய மானிடத்திடை நலமுறங்கிய
நாளிலே
நாமுறங்குவ தில்லையென்றொரு நாமுழங்கிய
தாமடா!

பாவினங்களும் ஏட்டினங்களும் பாரதத்துயில்
நீக்கின
பாததூளிகள் வெஞ்சிறைகளில் பாடும்ஓசைகள்
கேட்டன
சாவுமெங்களைக் காணவந்தது சஞ்சலம் இலை
என்றன
தாயகக்கொடி வானெழுந்தது சாவைசேவைகள்
வென்றன!

அன்னை இந்திரை பூங்கரத்திடை ஆடும்மாங்கொடி
வாழ்கவே!
ஐம்பதோடொரு ஆறுகோடியும் ஆடல்பாடலில்
மூழ்கவே
தென்னரென்பதும் வடவரென்பதும்
தேய்ந்தொழுந்திவண்
வீழ்கவே!
தேசமொன்றது தெய்வமாமென செப்புவீர்நலம்
சூழ்கவே!

பெயர் தெரியாத தியாகிகள்

ஊரறியோம்; பேரறியோம்
 உறங்கிவிட்ட கதையறிவோம்;
சீரறிவோம் திறமறிவோம்
 தியாகத்தின் சிறப்பறிவோம்!
ஆங்காங்கே மாண்டவர்கள்
 ஆயிரம்பேர் என்பதனால்
அத்தனைபேர் வரலாறும்
 அறிவதற்கு வசதியில்லை!

தூங்காமல் தூங்கிவிட்ட
 சுதந்தரப்பூங் கன்றுகளை
தாங்காமல் தாங்கிவிட்ட
 தாயகத்து மண்ணறியும்!
வெள்ளிவிழாக் கொண்டாடி
 வீரர்களின் புகழ்பாடி
கள்ளமிலா தியாகிகளின்
 கதைபாடும் வேளையிது!

இன்றிங்கே வானுயர
 எழுந்திருக்கும் மாளிகைக்கு
தன்னெலும்பைத் தந்தவர்கள்
 சதைரத்தம் கொடுத்தவர்கள்
அஸ்திவா ரங்களென
 அடியினிலே தூங்குகின்றார்!
மாளிகைக்கு மையிடுவோம்
 மாணிக்கக் கதவிடுவோம்!

ஆங்காங்கே ஓவியங்கள்
 அழகழகாய்த் தீட்டிவைப்போம்
கண்ணாடி பதித்திருப்போம்
 கலைவிளக்கும் ஏற்றிவைப்போம்
முன்னால் முகப்பெடுத்து
 முத்துப்போல் பந்தலிட்டு
கண்ணாலே பார்த்தாலே
 கவிபிறக்கு மாறுசெய்வோம்!

அத்தனையும் மாளிகைக்கே,
அலங்காரம் மாளிகைக்கே!
அஸ்திவா ரங்களுக்கு
அலங்காரம் யார்புரிவார்?
தூங்குகிற பூமியிது
தாங்கியதே நம்மையென்று
தங்கப்பா வாடைகட்டித்
தளதளக்கப் பார்ப்போமா?

'மண்தானே மண்'ணென்று
மாறிமிதித் திருப்போம்!
அப்படித்தான் அரசியலில்
அடிப்படையாய் நின்றவரும்
செப்பரிய பேர்கூடத்
தெரியாமல் தூங்குகிறார்!
தாயார் அழுதிருப்பார்
தம்பியர்கள் துடித்திருப்பார்;

வாயார முத்தமிட்ட
 மனையாளும் மாய்ந்திருப்பாள்;
நாடேஅழ வேண்டும்
 நல்லவர்கள் செத்ததற்கு!
யாரே அழுதார்கள்,
 அஸ்திவா ரங்களுக்கு?
அழவேண்டும் நீங்களென்றா
 அவர்தம் உயிரைவிட்டார்?

'விழவேண்டும் வெள்ளையர்கள்;
 வெங்களத்தில் நம்முடலும்
விழவேண்டும்' என்பதன்றி
 விழாவேண்டிச் சாகவில்லை;
தன்னை யழித்ததனால்
 தாயகத்தைச் செழிக்கவைத்த
மன்னர் குலங்களவர்;
 மாணிக்கக் கற்களவர்!

பொன்னை மதித்திருந்தால்
 பூமியையே மறந்திருப்பார்;
தன்னை மறந்ததனால்
 தாயகத்தை நினைத்திருந்தார்!
காரைக்குடி யினிலே
 காந்திசதுக்கந் தனிலே
ஆயிரத்துத் தொளாயிரத்து
 நாற்பத்து இரண்டினிலே,

ஆகஸ்டுத் திங்களிலே
 ஆர்ப்பரித்து நின்றார்கள்,
காந்திவழி வாழ்ந்தவர்கள்
 கதராடை பூண்டவர்கள்!
வெள்ளையரின் துப்பாக்கி
 விளையாடத் தொடங்கியது
வெள்ளமெனும் மக்கள்படை
 விழுந்தோடத் தொடங்கியது!

நல்லியான் என்றொருவன்
 நான்குமுறை சுடப்பட்டான்
தாழ்த்தப்பட் டோர்குலத்துத்
 தங்கப்பிறவி யவன்
வீழ்த்தப்பட்டான் அங்கே
 வெள்ளையர்தம் போலீஸால்
காரைக்குடி யந்தக்
 கண்ணியனின் பேரறியும்!

ஊர்மட்டும் தானறியும்,
 உலகுக்குத் தெரியாது!
பேரறிவேன் நான்கூடப்
 பிறகதைகள் தானறியேன் !
தாயகத்து வீரருக்கோர்
 சரித்திரமும் இல்லையன்றோ?
உண்மை வரலாற்றை
 உளந்திறந்து பாடிவைத்து

பள்ளியிலே பிள்ளைகட்குப்
      பாடமாய் வைப்பதற்கு
நல்லறிவு பெற்றவர்கள்
      நாட்டிலே யாருமில்லை!
இன்னும்நாம் படிப்பதெல்லாம்
      எலிஸபெத் ராணியைத்தான்!
மண்ணாண்ட கிளைவுமுதல்
      மவுண்ட்பாட்டன் பிரபுவரை

படிக்கத்தான் பிள்ளைகளைப்
      பள்ளிக்கு அனுப்புகிறோம்!
பகவத்சிங் வரலாறோ
      பாபாஜி வரலாறோ
சுகதேவின் வரலாறோ
      சூரியதேவ் வரலாறோ
அகமத்ஷா வரலாறோ
      அறியோமே நண்பர்களே!

தாலிகட்டிப் பெண்டாட்டி
 தான்வந்து சேர்ந்தவுடன்
தாயாரை மறப்பவர்தான்
 தாயகத்தில் வாழுகின்றார்!
வல்லடிமை நீக்க
 வரிந்துகட்டிச் சென்றவரை
கல்லளவாய்க் கூடக்
 கருதாத தாயகமே,

வெள்ளிவிழாக் கொண்டாடு;
 விருதுகளை வழங்கிவிடு!
பள்ளியிலே விழும்போது
 பாலகனின் கையாலே
கொள்ளிவிழ வேண்டியவர்
 கூட்டங்க ளாய்மடிந்து
பேர்தெரியாப் பிணங்களெனப்
 பேருலகம் சென்றுவிட்டார்!

உண்ணுகிற சோறெடுத்து
    உண்ணுங்கள்; உண்ணுங்கால்
எண்ணுகிற நெஞ்சிருந்தால்
    எண்ணுங்கள் நல்லவரை!
ஏந்தும் மணிக்கொடியும்
    எரியும் விளக்குகளும்
எண்ணும் உரிமை
    எழுத்துரிமை, பேச்சுரிமை,

மன்னும் பலஉரிமை
    வழங்கிவிட்ட அரசியலும்
உண்டாக்க வேண்டிஉடல்
    துண்டானோர் எத்தனைபேர்?
ஊரெங்கும் தேடுங்கள்;
    உழைத்தகதை கேளுங்கள்;
யாரென்று பாருங்கள்;
    அவர்பெயரைக் கூறுங்கள்!

நானவரைப் பற்றி
 நாலுவரி எழுதுகிறேன்
வானவரை வந்து
 வாழ்த்துரைக்கச் சொல்லுகிறேன்;
போனவரைப் பற்றிப்
 புகழ்பாடி வைப்பதிலே
தீமையிலை; ஏனென்றால்
 திரும்பஅவர் இங்குவந்து
தன்னையே மாற்றித்
 தம்வழியைத் தாம்மாற்றி
என்னையுமே மாற்றி
 எழுதவைக்க மாட்டாரே!

வெள்ளிவிழா வாழ்க;
 வியக்கும் தொழில்வளர்ந்து
பொன்விழா வரும்வரைநான்
 பூமியிலே வாழுகிறேன் !

(சுதந்தர வெள்ளிவிழா கவியரங்கம், 15-8-1972இல் ராஜாஜி மண்டபத்தில் முதல்வர் மு. கருணாநிதி தலைமையில் பாடியது.)

சுதந்தரத் திருநாள்

[இசைப்பா]

இந்திய எல்லை இறைவனின் எல்லை
இறைவனின் பூமிஎங்கும் இந்தியர் எல்லை
இமயம் குமரிமட்டும் எல்லைக ளில்லை—இந்த
இன்பவையம் முழுவதும் எங்களின் எல்லை!

அரசியல் தத்துவங்கள் முளைத்ததும் இங்கே
ஆன்மிக வேதமெல்லாம் நாமின்றி எங்கே?
தர்மநெறிகள் இந்த உலகுக்கு ஒன்றே
தந்துவளர்த்த தெங்கள் தாயகம் அன்றோ!

சந்திர மண்டலத்தில் நுழைக்கும்விஞ் ஞானம்
தாரகை மாறும்நிலை காட்டுவிஞ் ஞானம்
இந்துக் கடல்கொடுத்த ஏடுக ளன்றோ
இந்தியர் விஞ்ஞானம் முளைத்தது என்றோ!

சக்தியில் பூமிநிற்கக் கண்டது உலகம்
சக்தியைத் தெய்வமென்று கண்டது பரதம்!
பக்தியை நோக்கிஇன்று நடந்தது உலகம்
பக்தியை ஆதி—அந்தம் பார்த்தது பரதம்!

பசுமைஎன் றாலும்இது எங்களின் நாடு
பாலைஎன் றாலும்இது எங்களின் வீடு
வறுமைவந் தாலும்இதற் குரியவர் நாங்கள்
வாழ்வு வரும்வரைக்கும் உழைப்பவர் நாங்கள்!

நான்குவகை மணிகள் ஒலிப்பது கேட்டோம்
நாலுபத் தாயிரங்கள் மொழிகளும் கேட்டோம்
ஓங்கும் ஜனத்தொகையில் உருவங்கள் மாறும்
உள்ளங்கள் தம்மிடையே ஓரிழை யோடும்!

கிறிஸ்துஎன் றாலும் அவன்கிருஷ்ணன் என்றாலும்
கருத்துப் பிறந்தஇடம் கங்கையின் ஓரம்!
மறுத்து வளர்ந்ததில்லை எங்களின் நாடு—நிதம்
வாழ்த்தி வாழ்ந்ததற்கு வேறெது ஈடு?

ஆசிய நாடுமுற்றும் ஆங்கிலர் உடைமை
அத்தனை மானிடரும் அவர்களின் அடிமை
ஓங்கி இதைஉடைத்த தனியொரு நாடு
உலக விடுதலைக்கே வழிசொன்ன வீடு!

சும்மா கிடைத்ததில்லை சுதந்தரம் இங்கே
தூக்கில் பறந்தஉயிர் சரித்திரம் எங்கே?
அம்மா! அவர்படைத்த சாகசம் எங்கே?
அவரை நினைப்பதற்கே இந்தநாள் இங்கே!

☼

இன்றைய பாரதமாதா

ஆண்டுபல் லாயிரம் தாண்டிய பாரதம்
ஆயிரம் அரசுகள் அமைச்சுகள் கண்டது
சரித்திர நதிகளின் தடங்களில் தேடினால்
விசித்திரச் செய்திகள் விளைவுகள் காணலாம்!
சந்திர குப்தனும் சமுத்திர குப்தனும்
பிந்தியும் முந்தியும் பெரும்பே ரரசரும்
அசோகன் மேன்மையும் அக்பரின் கீர்த்தியும்
மூடனாம் துக்ளக் முடவனாம் தைமூர்
ராஜ புதனத்து நல்லறச் செல்வரும்
பாண்டியர் சோழரும் பல்லவர் சேரரும்
ஆண்டதே கொஞ்சமோ அழித்ததே கொஞ்சமோ
நீண்டநாள் சரித்திர நிகழ்ச்சியை நோக்கினால்
இடியாப் பம்என எத்தனை சிக்கல்கள்?
அத்தனை கண்டவள் அன்னைநம் பாரதி!
சித்திரக் கூடமும் சிற்பகோ புரங்களும்
தத்துவத் தெய்வமும் தனிப்பெரும் மதங்களும்
பேதமும் சீதமும் வித்தையும் வீரமும்
நாதமும் நடனமும் நாட்டியக் கலைகளும்

கண்டவள் பாரதி; காலத்தின் சாரதி,
அன்னவள் மடியிலே அகிலபா ரதத்தையும்
தன்னிரு கரங்களால் தாங்கிடும் பெண்மயில்
பண்டிதர் பரம்பரை படைத்ததோர் தெய்வதம்
இந்திரா என்பதில் இதயமே எழுச்சிகொள்!
தன்னலம் துறந்தவள்; தாய்மையிற் சிறந்தவள்;
பன்னருங் கல்விகள் பயின்றவள்; தெளிந்தவள்;
இன்னலோ இடுக்கணோ எந்நிலை எய்தினும்
தன்வயம் இழந்திடாத் தன்மையள் இந்திரா!
செல்வத்தில் வாழ்ந்தவள்; சிறப்பினில் திளைத்தவள்
உள்ளத்தில் ஏழைகள் உயர்வையே நினைத்தவள்
பாரதம் காத்திடும் படைகளின் தளபதி
நாரதர் கூட்டங்கள் நடுங்குறும் பைரவி
அந்நியர் படைகளின் அடிப்புலம் அறுத்தவள்
தென்னவர் வடவரைச் சேர்ப்பதில் ஜெயித்தவள்
உலகநா டனைத்திலும் உயர்ந்தவள் என்பதை
வாக்கினாற் பெற்றவள், மனத்தினாற் கண்டவள்
பாரத நாட்டினை பாரதத் தாயென
சொன்னவர் இந்திராத் தோகையை எண்ணியே

சொன்னார் என்பதைத்தொடர்ந்து நாம் காண்கிறோம்!
இமயமா முடியிலும் இயற்பெரும் நிலத்திலும்
குமரிமாக் கடலிலும் குன்றிலும் நதியிலும்
இந்திரா என்றபேர் எதிரொலிக் கின்றது!
நீண்டநாள் வாழிய; நெடிதவள் வாழிய!
ஆண்டநாள் ஆண்டவள் அன்னைபோல் வாழிய!
பாரதம் அன்னவள் பண்பினால் வாழிய!
பாரத மாந்தரின் படைக்கலன் வாழிய!
வாழிய என்னுமோர் வார்த்தையும் தமிழினில்
வலிவுறும்; அன்னவள் வாழுவாள்; வாழிய!

✻

அன்னையின் வழியில்...

முன்னையோர் வகுத்த பாதை
    முறை,நெறி அனைத்தும் தேர்ந்து
பின்னையோர் வாழ்விற் செம்மை
    பிழையிலா நேர்மை கண்டு
தன்னையே நாட்டுக் கீந்த
    தாயவள் மேன்மை காக்கும்
அன்னைநா டாண்டில் ஒன்றை
    அடைந்தது நீடு வாழ்க!

அன்னைநா டென்றும் மக்கள்
    அனைவரின் நெஞ்சில் நிற்கும்
அன்னைநா டென்றும் வாழ
    அன்பினை நெஞ்சம் நல்கும்
அன்னையே அனைய தேவி
    அவள்வழி செல்லும் இந்த
அன்னைநா டென்றும் வாழ
    அமலனை இறைஞ்சு கின்றேன்!

✵

மாதராண்டு

(இசைப்பா)

மாத ராண்டு கொண்டாடுவோம்—நாட்டை
மாத ராண்டு கொண்டிருக்கும்
மாட்சி மிக்க காலமென்று
மாத ராண்டு கொண்டாடுவோம்!

தீதிலா அறங்கள் மிக்க
    புனி நாட்டிலே—கோயில்
தெய்வம்போலப் பெண்கள் வாழும்
    எங்கள் வீட்டிலே
காதலோடு பாசம் கூறும்
    கவிதை ஏட்டிலே—நாங்கள்
கற்றுக் கொண்ட பண்ப னைத்தும்
    பெற்றுவாழ இறையை எண்ணி...

—மாத

சிறுமி இங்கு மனைவியாக
வாழுகின் றவள்—அந்த
மனைவி நல்ல தாய்மைகண்டு
வாழுகின் றவள்
தாய்மை தன்னைத் தெய்வமாக
மாற்றுகின் றவள்—அவள்
தன்மை என்றும் மென்மைஎன்று
தரமறிந்து நெறிய றிந்து...

—மாத

நல்லதோர் துணை கிடைக்க
அவனை வேண்டுவோம்—வாழ்வில்
நல்லதோர் மகன் பிறக்க
அவனை வேண்டுவோம்
நல்லதோர் குடும்பமாக
அவனை வேண்டுவோம்—எங்கள்
நான்கு வேதம்சொல்லும் வண்ணம்
நல்லவாழ்வை நெஞ்சில் எண்ணி...

—மாத

ஜாதி ஒன்று மதமும் ஒன்று
என்று கூறுவோம்—எங்கள்
நீதி என்றும் நேர்மை என்றும்
பாடியா டுவோம்
பேதமற்ற வாழ்வு காக்க
இறையை நாடுவோம்—என்றும்
பெண்மை காத்து நன்மை காத்து
திண்மை காத்து வண்மை காத்து...
—மாத

பாவையர்கள் வாழ்க்கை என்றும்
வீடு காப்பது—எங்கள்
பாரதத்துப் பெண்மை இன்று
நாடு காப்பது
சேவை செய்யும் பெண்மை
இன்று அதிகமானது—இது
தெய்வ மிட்ட ஆணைஎன்று
கைகொடுத்துக் கண் கொடுத்து...
—மாத

விக்ராந்த்

(இசைப்பா)

விக்ராந்த்—ஐ என் எஸ்—விக்ராந்த்!
அரபுக் கடல்தனை அறிந்த கலம்
வங்கக் கடல்தனை வளைத்த கலம்
இந்துக் கடல்தனில் இழைந்த கலம்
இந்தியர் வீரத்தை இயம்பும் கலம்
     —இது விக்ராந்த்!

வங்க தேசமதன்
  விடுதலைக்கு வழி
    வைத்த கப்ப லலவோ
வான ஊர்திகளும்
  மேலிறங்கும் வகை
    வனைந்த கப்ப லலவோ
பொங்கும் யந்திரங்கள்
  போரின் வீரர்களும்
    பொதியும் கப்ப லலவோ
புகழ் மிகுந்தகடல்
  படையின் பெருமைதனை
    புவியிற் சொல்வ தலவோ!

பரதம் வாழ்த்திவரப்
    பகைவர் அஞ்சிவரப்
        பாய்ந்து செல்வ தலவோ
பன்னி ரண்டுவரு
    டங்களிற் பெருமை
        பரவச் செய்வ தலவோ
திரைகடல் நடுவில்
    தேங்கி நிற்கையிலும்
        திகழும் சக்தி யலவோ
சென்னைவந்து தமிழ்
    வண்ணம் கண்டுசெலும்
        சீர்த்தி மிக்க தலவோ!

அந்நியர்க ளிடைக்
    கப்ப லோட்டியவன்
        அன்புத் தமிழ னலவோ
அந்தவா ரிசுகள்
    இன்னும் வாழுவது
        நமது பெருமை யலவோ

மன்னும் குமரிவரை
மாண்பு கொண்டதமிழ்
மன்னர் குலங்க ளலவோ
மனித சக்தியிலும்
புனித சக்தியினை
வணங்கும் தமிழ ரலவோ!

இமயம் தொட்டுமுதல்
குமரி எல்லைவரை
இனங்கள் யாவும் இதிலே
இணைந்து நின்றுபணி
இயக்கும் ஒருமைதனை
இங்கு காணும் உலகே
சமயம் ஜாதிகளைக்
கடந்தவாறு வரும்
தர்ம தூதர் இவரே
சகல இந்தியரும்
உறவுகொண்டு இதை
தாங்கி நிற்கும் புகழே!

சிறிய நாடுஇது
 பெரிய வீடுஇது
  திகழும் மூல பலமே
அரிய சேவைசெய
 ஆயிரங்க ளென
  அடங்கும் மூல தனமே
விரியும் பாரதமும்
 'விக்ராந்'து என
  இணைந்து வாழ்க தினமே
வெற்றி கொள்ளஒரு
 சக்தி உண்டுஎன
  கற்றுக் கொள்க மனமே!

III

வழக்குரை களம்

செட்டிநாட்டு மாமியார் மான்மியம்

நல்லாத்தான் சொன்னாரு
    நாராய ணன்செட்டி!
பொல்லாத பொண்ணாகப்
    பொறுக்கிவந்து வச்சாரு!
வல்லூறைக் கொண்டுவந்து
    வாசலிலே விட்டாரு!
கல்லாப் பொறந்ததையும்
    கரும்பாம்புக் குட்டியையும்
செல்லப் பணத்தினையும்
    செல்லவச்சுப் போனாரு!

ஊரெல்லாம் பொண்ணிருக்கு;
    உட்கார வச்சிருந்தா
தேரெல்லாம் ஓடிவந்து
    திருவிழாக் கோலமிடும்!
எட்டுக்கண் விட்டெரிக்க
    என்தம்பி மகளிருக்க
குத்துக்கல்போல ஒண்ணெக்
    கூட்டிவந்தோம் வீடுவரை!

ஆறாயிரம் வரைக்கும்
அள்ளிவைக்கும் சீதனமும்
ஆறுவண்டி சாமானும்
அடுக்கிவைக்கும் பாத்திரமும்
சொக்கவெள்ளிப் பால்குடமும்
சோதிமின்னும் ரத்தினமும்
பச்சரிசி மூட்டையுடன்
பருப்புவகை அத்தனையும்
எட்டுக்கல் மூக்குத்தியும்
ஏழுபவுன் சங்கிலியும்
கண்டசரம், தோடு,
காப்பு, வைர மோதிரமும்
கண்டாங்கி பட்டுவகை
காசியிலே நெய்தபட்டு
மெத்தையிலே பத்துவகை
விரிச்சுவைக்கக் கம்பளமும்
தேக்குமரம் கடைஞ்சு
செஞ்சுவச்ச பீரோவும்

தந்திருப்பான் எங்கதம்பி
    தன்மகளைத் தந்திருந்தால்!
வந்தாளே காளியம்மா,
    வாய்க்கரிசி இல்லாமல்!
அப்பன் கொடுத்தசொத்து
    ஆறுநாள் தேறாது!
கப்பலிலே வருகுதின்னு
    கதையாக் கதைபடிச்சான்
கண்ணா வளர்த்தபிள்ளை
    காலேசில் படிச்சுவந்து
மண்ணாளும் ராஜாபோல்
    வளர்ந்ததடி என்வீட்டில்!
பொண்ணாஇவ, சனியன்
    புத்திகெட்டுப் போனேனே!
தம்பிமக சமைச்சா
    சபையெல்லாம் வாசம்வரும்!
அள்ளி இலையிலிட்டா
    அடுக்கடுக்கா வெள்ளிவரும்

உண்ணவொரு கையெடுத்தா
    உள்நாக்கில் நீர்வடியும்!
கத்தரிக்காய் கூட்டுவச்சா
    கடவுளுக்கே பசியெடுக்கும்!
வெண்டைக்காய் பச்சடியும்
    வெள்ளரிக்காய் தக்காளி
கிண்டிவிட்ட கீரைக்கும்
    கீழிறங்கும் தெய்வமெல்லாம்!
அப்படிக்கிச் சமைப்பாளே!
    அள்ளிஅள்ளி வைப்பாளே!
அடுப்படிக்கு நான்போக
    அவசியமே இல்லாமே
உட்கார்ந்த பாய்வரைக்கு
    ஓடிவந்து வைப்பாளே!

இவளுஞ் சமைச்சாளே,
    எல்லாந் தலையெழுத்து !
முருங்கையிலே கீரை
    முளையாய் முளைச்சதடி!

விடிஞ்சா எழுந்திரிச்சா
    வேறுகாய் இல்லையடி!
குப்பையிலே கீரை
    கொத்தாய்க் கிடைச்சுதடி!
அப்பா! இவ எடுத்து
    அகப்பையிலே கிண்டிவிட்டு
சப்பாத்திக் கள்ளியைப்போல்
    தையல்இலை போட்டு
வச்சாளே; சாமி! இந்த
    வலுசாரத் தந்தானே!

வந்தநாள் தொட்டுஎந்தன்
    மகனைப் பிரிச்சுவச்சா;
எந்தநாள் பாவமோ
    இப்பவந்து சுத்துதடி!
தலைகாணி மந்திரத்தால்
    தாயை மறக்கவச்சா!
கொலைகாரி வந்துஎங்க
    குடும்பம் பிரிச்சுவச்சா!

மலையரசி, காளி, எங்க
  மாரியம்மா கேட்கோணும்!
பலகாரம் தின்பதற்கும்
  பசியே எடுக்கலடி!
ராசாக் கிளிபோல
  நல்லபிள்ளை பெத்தெடுத்தேன்;
பேசாக் கிளியாச்சு,
  பெண்டாட்டி நினைவாச்சு!
ஊசல் பணியாரம்,
  உளுந்தவடை ஊசலடி!
'பாருடா' என்றுசொன்னா
  பாக்காமே போராண்டி!
'கேளுடா' என்றுசொன்னா
  கேக்கமனம் இல்லையடி!
எப்படியோ நானும்
  இதுவரைக்கும் வாழ்ந்துவிட்டேன்
கொப்பாக எங்களய்யா
  கொடுத்ததைநான் வச்சிருந்தா

இப்பாவி கையாலா
　　இழிசோறு திங்கோணும்?
ஆத்தா கொடுத்தாளே
　　ஆறு தலைமுறைக்கு!
ஐயா கொடுத்தாரே
　　ஐநூறு பொன்வரைக்கு!
பூமி கொடுத்தாரே
　　போட்டாக்கப் பொன்விளைய!
சாமி கொடுத்ததுபோல்
　　தாய்தகப்பன் தந்ததெல்லாம்
பாவி மகன்வாழப்
　　பகுந்து கொடுத்தேனே!
நீட்டிப் படுக்கும்வரை
　　நிம்மதியாய் வாழ்ந்தேனா?
ஊட்டி வளர்த்தபிள்ளை
　　ஒருவார்த்தை கேட்டானா?
எல்லாம் முடிஞ்சுதடி;
　　எமன்வந்தால் போதுமடி!

பல்லாக்குத் தூக்கிப்
 பரிவாரம் கூடிவந்து
பச்சை மரங்கள்வெட்டிப்
 பட்ட விறகடுக்கி
வச்சபின்னே மீண்டும்
 வாழவரப் போறேனா?
கொள்ளிவச்சுத் தலைமாட்டில்
 குடமுடைக்க வந்தபிள்ளை
பள்ளிவரை என்னைப்
 பார்த்துவச்சுக் காத்தானா?
தேவி விசாலாட்சி!
 தென்மதுரை மீனாட்சி!
காவலுக்கு நீதான்
 கடைசிவரை வேணுமடி!
ஒருமகளைப் பெத்தேனா,
 உதவிக்கு வேணுமின்னு?
மருமகளை நம்பிநின்னேன்;
 மகராசி பேயானா!
நல்லாத்தான் சொன்னாரு
 நாராய ணன்செட்டி…!

✯

செட்டிநாட்டு மனைவி மான்மியம்

அவகெடக்கா சூப்பநகை
அவமொகத்தை யார்பாத்தா!
அவுகமொகம் பாத்து
அடியெடுத்து வச்சேன்நான்!

பத்துவராகன் பணங்கொடுத்தார்
எங்க ளய்யா!
எத்தனைபேர் சீதனமா
இவ்வளவு கண்டவுக!
ராமா யணத்துலேயும்
ராமனுக்கு சீதைவந்தா
சீதனமாய் இவ்வளவும்
சேர்த்துவச்சா கொண்டுவந்தா?
கப்பலிலே ஏத்திவச்சா
கப்பல் முழுகிவிடும்—
அவ்வளவு சாமான்,
அரிசி பருப்புவரை!
மாவுதிரிச்சு வச்சு
மலைமலையாய் அடுக்கிவச்சு,

ஊறுகாய் அத்தனையும்
　　ஒண்ணும் விடாமவச்சு,
நாக்காலி முக்காலி
　　நாலுவண்டி ஏத்திவச்சு,
பாயும் தலையணையும்
　　பலவகையாய் கட்டிவச்சு
ஆளுவீ டடங்காத
　　அழகான பீரோவும்
கண்ணாடிச் சாமானும்,
　　கனத்தவெள்ளிப் பாத்திரமும்
அம்மி, குழவி,
　　ஆட்டுக்கல் அத்தனையும்
கட்டிக்கொடுத்து என்னைக்
　　கட்டிக் கொடுத்தாக!
வைரத்தால் கண்டசரம்,
　　வளைகாப்பு, மோதிரங்கள்;
சிறுதாலி பெருதாலி,
　　சுட்டியெல்லாம் செஞ்சாக!

தூக்க முடியாமத்
    தூக்கும் கழுத்தூரு
முன்னூறு பவுனுக்கு
    முள்ளங்கிப் பத்தைபோல
எங்கையா ஆத்தா
    எனக்குக் கொடுத்தாக!

ஒருவேளை சோத்துக்கும்
    உதவியில்லை இவ்வீட்டில்;
மாமியார் இண்ணுசொல்லி
    மாரடிச்சு என்னபண்ண?

கல்யாணி ஆச்சியுந்தான்
    கட்டிவிட்டா தன்மகளை,
ஒருபொட்டுத் தாலி!
    ஒருவேளை சாப்பாடு!
அதுமாதிரி இவளும்
    அடைஞ்சிருக்க வேணுமடி!
சம்பந்தம் பண்ணவந்தா
    சண்டாளி! சூப்பநகை!

வேறெவைக்க நாதியில்லெ;
வீடில்லை; வாசலில்லை;
சோறுவைக்கப் பனையில்லை;
சொத்துமில்லெ; பத்துமில்லெ
புள்ளெதான் பெத்துவைச்சா
பொண்ணோடு சோறுவர!

தலைகாணி மந்திரமாம்
சங்கதியைக் கேளுங்கடி!
பொண்டாட்டி சொல்கேட்க
புத்திஇல்லா ஆம்பளையா?
வீட்டு மருமகளா
விளக்கேத்த வந்தவளை
சக்களத்தி போல்நெனச்சு
சதிராடு கின்றாளே!

எங்களுக்கும் அண்ணந்தம்பி
ஏழுபேர் உள்ளாக
அவுகளுக்கும் பொண்டாட்டி
அணிஅணியா வந்தாக!

எங்காத்தா ஒருவார்த்தை
 எடுத்தெறிஞ்சு பேசவில்லை;
என்னைப்போல் பெண்ணாக
 எண்ணி நடந்தாடி!
சனியம் புடிச்சஎன்
 தலையில்வந்து உட்கார்ந்தா!

மாமியார்க் காரின்னா
 மனசிரக்கம் கூடாதா?
சாமியாரா ஆகத்
 தன்மகனை விட்டிருந்தா
நாமஏன் இங்கவந்து
 நாத்தச்சோ றுங்கோணும்?
அவுகளுக்கும் நாஞ்சொல்லி
 அலுப்பா அலுத்துவிட்டேன்;
செவிடா இருக்காக,
 சேதிசொல்ல எண்ணமில்லெ!
பட்டதெல்லாம் போதும்
 பகவானே, இங்கேவந்து!

சட்டியிலே போட்டுத்
    தாளிச்சுக் கொட்டிவிட்டா
வட்டியிலே போட்டுஒரு
    வாய்ச்சோறு வைக்கையிலே
கொட்டுகிறா கொட்டு,
    தேள்கூடக் கொட்டாது!

அவளுக்கழு வேனா,
    அன்னாடம் புள்ளைகொண்ட
சீக்குக்கழு வேனா,
    தினமும் கவலையடி!
கோட்டையூர் அம்மன்தான்
    கூலி கொடுக்கோணும்!
பொன்னரசி, மலையரசி
    புத்தி புகட்டோணும்!

என்ன சொகங்கண்டேன்
    இங்குவந்த நாள்முதலா?
கடவுளுக்குக் கண்ணிருந்தா
    காட்டுவான் கண்ணெதிரே!

வத்தக் குழம்பும்
　　வறுத்துவச்ச மொளகாயும்
பத்தியம்போல் சாப்பிடத்தான்
　　பாவிஇவ வீடுவந்தேன் !

தம்பிமகளை எண்ணித்
　　தாளமில்ல கொட்டுகிறா ?
நம்பி அவளும்வந்தா
　　நாயாகப் போயிருப்பா!
கும்பி கருகி
　　குடல்கருகி நின்னிருப்பா!
வெம்பி வெதும்பி
　　வெளக்குமா றாயிருப்பா !
தம்பி மகளாம்,
　　தம்பிமக! தெரியாதா ?

நானா இருந்தமட்டும்
　　நாலுழக்குப் பாலூத்தி
தேனாக் கொடுத்தவளைத்
　　திமிர்புடிக்க வச்சிருக்கேன்!

போனாப் போகட்டுமினு
 பொறுத்துக் கெடந்தாக்க
தானான கொட்டுகிறா
 தடம்புரண்டு ஆடுகிறா!
அவதலையைப் போட்டாத்தான்
 ஆத்தா எனக்குச்சொகம்!

எப்ப வருவானோ,
 எடுத்துக்கினு போவானோ?
இப்பவா சாவா?
 இழுத்து வலியெடுத்து
கெடையாக் கெடந்து
 கிறுக்குப் புடிக்காமெ
சாகவே மாட்டா!
 சத்தியமாச் சொல்றேன்நான்!

எங்க குலதெய்வம்
 இருந்தாப் பழிவாங்கும்!
பங்காளி மக்களெல்லாம்
 பார்க்கப் பழிவாங்கும்!

'படுத்துனா மருமகளைப்
 படுத்துவிட்டா' இண்ணுசொல்லி
நடுத்தெருவில் நிண்ணு
 நாலுபேர் சிரிப்பாக!

பாக்கத்தான் போறேண்டி;
 பாக்கத்தான் போறேன்நான்!
ஒருத்தனுக்கு முந்தானை
 ஒழுங்காநான் போட்டிருந்தா
இருக்கிற தெய்வமெல்லாம்
 எனக்காகக் கேட்கோணும்!

☼

அவகெடக்கா சூப்பநகை;
 அவமொகத்தை யார்பாத்தா!...

☼

IV

கம்பன் உலா

கண்ணன் என்னை

என்னை நன்றாய் இறைவன் படைத்தது
தன்னை நன்றாய்த் தமிழ்செயு மாறே!
                              -திருமூலர்

கண்ணன் என்னைக் கவியாய்ச் சமைத்தது
வண்ணத் தமிழால் வாழ்ந்திடு மாறே!

☼

என் பகை

கடிகாரம் பார்த்தேதான்
காரியங்கள் செய்வதென
பிடிவாதம் கொண்டுள்ள
பேரவையின் தலைவர்களே!
கடிகாரம் என்பகைவன்;
கணேசர் பயத்தினிலே
காலத்தை நானறிந்து
கடுகிஇங்கே ஓடிவந்தேன்!

கம்பன் விழா

−1−
--கம்பனாகத் தன்னை வரித்துப் பாடியது--

*கா*விரிச் சோழ நாட்டுக்
    கரையிலே காகம் பாடும்
தேவர்செந் தமிழிற் பாட
    திருவழுந் தூரில் வந்தேன்;
ஆவல்கொண் டியற்றி வைத்தேன்
    ஆக்கிய பாத்தி ரங்கள்
சேவையைத் திறனை இங்கு
    செப்பவே கவிஞர் போந்தார்.

பத்துநூ றாண்டின் முன்னே
    பள்ளியில் வீழ்ந்த என்னை
செத்தவன் என்றே எண்ணிச்
    சிதையிடைக் கனல் குவித்தார்;
செத்தவன் மீண்டும் தோன்றும்
    ஜென்மத்தை நம்பும் இந்து
பத்துநூ றாண்டின் பின்னே
    பாண்டியில் பிறந்து விட்டேன் !

கோபுரம் இறப்ப தில்லை
　　கொள்கைகள் மறைவ தில்லை
நூபுர ஒலியில் ஆடும்
　　நூண்ணிடைத் தேவி தன்னை
ஓர்புறம் வைத்த ராமன்
　　உயர்கதை கட்டி வைத்தேன்;
மாபுரம் எனது பாடல்
　　மடிந்ததாய்க் கேள்வி இல்லை!

பாத்திரம் படைத்தேன் அன்று
　　'படைத்தது சரியா' என்று
பாத்திறம் காட்ட வந்தார்
　　பாவலர் பதின்மர் இங்கே;
சாத்திரம் பொய்யா னாலும்
　　சரித்திரம் பொய்யா காது
நாத்திறம் படைத்தோர் சொல்ல
　　நான்கேட்கும் நாளி தன்றோ!

ஈன்றவன் மக்கள் தம்மை
    ஈன்றவன் புகழ்தல் வேண்டா
சான்றவன் எவனோ இந்தத்
    தந்தைக்குத் தெரிய வில்லை;
ஆன்றவிந் தமைந்த சீரோர்
    அவர்புகழ் சொல்லக் கேட்டு
ஈன்றவன் மகிழ வந்தேன்
    ஈண்டவர் புகழ வந்தார்!

தன்னையே வியக்கும் தன்மை
    தமிழுக்கும் எனக்கும் இல்லை;
பொன்னையே நயந்து தேடும்
    பூவையர் இதயம் போல
என்னையே வியந்து நோக்க
    ஈரைவர் இங்கே வந்தார்;
அன்னையே, தமிழே! இந்த
    அன்பரைக் காப்பா யாக!

அன்றொரு சடையன் என்னை
    ஆளாக்கித் தேற்றி நின்றான்;
இன்னொரு சடையன் என்னை
    இந்நூற் றாண்டில் காண
தன்னையும் கொண்டு வந்தான்,
    சட்டையைக் கழற்றி வைத்து!
மன்னிய சபையோர்க் கெல்லாம்
    மனம்நிறை வணக்கம் சொன்னேன் !

திருப்புகழ் பாடி வைத்து
    திருவண்ணா மலையி லேறி
பரப்புகழ் காண மாண்ட
    பாவலன் பாண்டி வந்தென்
திருப்புகழ் பாடுகின் றான்
    திருநாளைக் காணுகின் றான்;
கருப்புகழ் கொண்டோர்க் கெல்லாம்
    கம்பனே ஆசானன் றோ!

கம்பனென் றென்னை வைத்த
    கருணையைப் போற்றுகின்றேன்
வம்புவா ராமற் காக்க
    மலர்மகள் துணைசெய்கின்றாள்;
அம்புலாங் கண்ணி சீதை
    அன்னைபோல் துணையாய் நிற்கும்
தெம்பிலே பாடுகின்றேன்
    சிறுமைகாத் தணைப்பீ ராக!

முடிவுரை:

அரசியல் பற்றித் தானே
    ஆக்கினேன் பாத்தி ரங்கள்
சரசங்கள் சாக சங்கள்
    சமைப்பதே அரசியல் தான்
முரசியல் மன்னைச் சுற்றி
    முழக்கிடும் பாத்தி ரங்கள்
அரசியல் பேசும், நல்ல
    அறிவியல் பேசும், அந்த
அரசியல் இன்றும் கூட
    ஆங்காங்கு உள்ளதே தான்!

மந்தரை சூழ்ச்சி அன்று;
    மந்திரி சூழ்ச்சி இன்று!
செந்தனிச் செங்கோ லன்று,
    சேர்கின்ற அணிகள் இன்று!
மைந்தனுக் காக மாண்ட
    மன்னவன் வாழ்ந்தான் அன்று;
மைந்தனை மாய்த்தும் கூட
    மந்திரி ஆவார் இன்று!

கற்பெனில் கற்பே; அங்கே
    கால்அரை முக்கால் இல்லை!
அற்புதப் பெண்மை சீதை,
    அடியெலாம் கவிதைக் கோதை
இப்பெரும் பாரத நாட்டில்
    இன்னவர் இன்றும் உண்டு;
கற்பினைச் சோற்றுக் காகக்
    கடையில் வைப்பாரும் உண்டு!

கவிசெய எடுத்துக் கொண்ட
  கருட்பொருட் பெருமை யாலே
கவிதைக்கு ஊட்டம் தந்தேன்;
  காலங்கள் மாறும் போதும்
அவையெலாம் வாழ்த்தும் என்று
  அந்தநாள் நினைத்தே னில்லை!
இவைஇவை சரியென் றெண்ணி
  இயம்பினேன்; முடித்து விட்டேன் !

புதுவை--75

–2–

தோப்பிலே பழுத்து நின்று
 தோன்றியும் மறைந்தும் தோன்றும்
காப்பிலாக் கனியென் றாலும்
 களவு செய்திட வொண்ணா
மூப்பிலாத் தமிழே வாழ்க!
 முடிவிலாக் கண்ணா வாழ்க!
காப்பிலே முன்னால் நிற்கும்
 கலைத்திரு மகளே வாழ்க!

அன்புக்கே உடலங் கொண்டு
 அருந்தமிழ்ப் பணியே செய்து
என்பெலாம் பாசம் பொங்க
 இன்முகம் மலர்ந்து நோக்கும்
அன்பரே! தமிழே! பாண்டி!
 அருணமா மலையே வாழ்க!
அன்புடன் நிறைந்து நிற்கும்
 அவையுளார் நெடுநாள் வாழ்க!

அந்நியர் பிடியில் வாழ்ந்தும்
    ஆங்கிலம் பிரெஞ்சில் தேர்ந்தும்
முன்னையோர் தமிழை இன்னும்
    முறையாகக் காத்து நிற்கும்
நன்னகர் புதுச்சே ரிக்கு
    நன்றிமேல் நன்றி சொன்னேன்
இந்நகர் தானோ அந்த
    இனியவன் சடையன் தன்னூர்!

--பாரதி, புதுவை

இந்தியர்தம் பேருரிமை எல்லாமும்
    கொள்ளவந்த
அந்நியரைக் கடிந்தவராம் அன்புமகன்
    பாரதியார்!
பாரதியார் என்றாலே பார்த்தனுக்குத்
    தேரெடுத்த
சாரதியார் கண்ணனுக்குத் தனிப்பாசம்
    பொங்கிவரும்!

அத்தகைய பாரதியின் அற்புதங்கள்
    வந்தஇடம்
முத்தனைய கவிதையெலாம் முளைத்தஇடம்
    புதுச்சேரி!
அழகுநகர் புதுச்சேரி ஆண்டாண்டு
    கம்பனுக்கு
பழகுதமிழ் விழாவெடுத்துப் பழகியதை
    என்னவென்போம்!

அம்பொழுகும் கண்ணாரும் ஆற்றல்மிகு
    இளைஞர்களும்
கம்பன்விழாக் காண்பதற்குக் காத்திருப்ப
    தென்னசொல்வோம்!
இத்தகைய விழாக்களிலே இவ்வளவு
    பெண்குலங்கள்
சித்திரத்துப் பாவைகள்போல் சேர்ந்திருக்கும்
    மாட்சியினை

எவ்விடத்தும் கண்டதில்லை; எந்நாளும்
 கண்டதில்லை!
கண்களுக்கு இயற்கையின்மேல் காதல்வந்த
 காட்சியைப்போல்
பெண்களுக்கும் கம்பனின்மேல் பிரியம்வந்த
 புதுச்சேரி!
கன்னிவய துடையாரும் கடந்தவய
 துடையாரும்

சொல்நயத்தை ரசிக்கின்ற சுவையுடைய
 புதுச்சேரி!
அடுப்பூதும் பெண்களுக்குப் படிப்பெதற்கு
 என்றவர்கள்
படிப்போடும் ரசனைவரப் பார்த்திருக்கும்
 புதுச்சேரி!
கம்பனது பாத்திரத்தைக் கடற்கரையில்
 விட்டதுபோல்

தெம்புடனே ஓடிவந்து தேடுகின்ற
புதுச்சேரி!
சாத்திரங்கள் கற்றோரும் சதுர்மறைகள்
கற்றோரும்
பாத்திரங்கள் அத்தனைக்கும் பால்வார்க்கும்
புதுச்சேரி!
சீதையினை தசரதனை ஸ்ரீராமன்
இலக்குவனை

போதையுடன் கேட்டிருக்கும் பொழில்மிகுந்த
புதுச்சேரி!
மதுக்கடைகள் இருந்தாலும் மண்டிவரும்
தமிழ்க்கவிக்கு
புதுக்கடைகள் திறந்துவைக்கும் பொன்னகரம்
புதுச்ரேி!
வருணனவன் பொய்த்தாலும் வருஷங்கள்
அத்தனையும்

அருணகிரி பொய்யாத அழகுநகர்
புதுச்சேரி!
திட்டமிட்டு ஊரெடுத்து சீரான
தெருவெடுத்து
கட்டிவைத்த வெள்ளையர்கள் கருதி
யிருப்பாரா
கம்பனுக்குப் புதுச்சேரி கன்னிவிழாக்
காணுமென்று?

ஓராயிரம் ஆண்டு ஓடிவிட்ட
பின்னாலும்
பல்லாயிரம் பாட்டுப் பாடிவைத்த
கம்பனுக்கு
சொல்லாயிரம் கொண்டு துதிசெய்யப்
போந்தவர்கள்
எல்லாருக்கும் முன்னுரையில் என்வணக்கம்
கூறுகிறேன்!

கூத்தாட்டம் போடாமல் குரங்காட்டம்
    ஆடாமல்
நாட்டியங்கள் கச்சேரி நாடகங்கள்
    இல்லாமல்
சொல்லுக்கே முதலிடத்தைத் தோற்றுவித்த
    புதுச்சேரி
வல்லதமிழ் மக்களெலாம் வணங்கும்
    நகராகும்!

முன்னுரையை முடிக்கின்றேன்; மூதறிவுக்
    கவிஞரெலாம்
தம்முரையை முடித்தபின்பு சரக்கேதும்
    எனக்கிருந்தால்
பின்னுரையில் சொல்கிறேன்; பெரியோர்க்கு
    மறுவணக்கம்!
கண்ணாளன் பேரருளே! கருணைத்
    திருவுருவே!

உன்னாலே கவியரங்கம் உயர்ந்துநிற்க
வேண்டுகிறேன்!
கண்ணன்நிறம் நீலம்தான்; காகுத்தன்
நீலநிறம்;
விண்ணழகும் நீலநிறம்; விரிகடலும்
நீலநிறம்!
கண்ணன் ஸ்ரீராமன் கடல்வானம்
அத்தனையும்
கண்ணுக்குள் வைத்திருக்கும் காரணத்தால்
கன்னியரின்
கண்ணிரண்டும் நீலநிறம் கடவுள்நிறம்
ஆனதனால்
பெண்குலத்தை வாழ்த்துகிறேன்; பின்வருவார்
பெருங்கவிஞர்!

புதுவை--75

☼

தசரதனாகி இராமனை...

திசைமுகம் தோறும் எந்தன்
    திருத்தேரை ஓட்டு கின்றேன்
தசரதன் என்பேர், அந்த
    தையலாள் சீதை மாமன்,
இசையுறும் இராமன் தன்னை
    ஈன்றதால் இறந்த மன்னன்
வசையுறும் பழியொன் றுண்டு
    மாதர்சொல் மதித்த தாக!

மனைவியாள் ஒருத்தி என்றால்
    மடையனென் றுரைப்பார், அந்த
மனைவியர் இருவ ரென்றால்;
    மகத்தான மூட னென்பார்;
சனியென மூன்றும் வந்தால்
    தற்கொலை என்பார், அந்த
மனிதரில் நானே மூத்தோன்;
    மனைவியர் மூவர் பெற்றேன்!

கையுள விரல்கள் ஐந்தும்
 கணக் கொன்றாய் இருப்பதில்லை
மைவிழி மங்கை மூன்றும்
 மனத்தினால் வேறு, வேறு!
கையள விருந்தாற் கூட
 கோசலை கனிந்து ஏற்பாள்
வையகம் கிடைத்தாற் கூட
 கைகயி வாழ்த்த மாட்டாள்!

கோசல நாட்டாள் செல்வி
 கோமள மணிப்பூங் கிள்ளை
ஆசையில் அடக்கம் மிக்காள்
 அணைப்பினில் பனிபோ லாவாள்
வாசநற் குழலாள் மென்மை
 மடியினில் ஒருநாள் சாய்ந்தேன்
பாசமாம் ராமன் வந்தான்
 பாவிநான் நிறுத்தி னேனோ?

காதலைப் படைத்த பூமி
    கர்ப்பமும் படைத்த தாலே
மாதர்கள் மகவைப் பெற்றார்,
    மன்னன்யான் மரணம் பெற்றேன் !
சோதனை, மனைவிக் காக
    தூயனைக் காடு நீக்கி
வேதனை கொண்ட என்னை
    வியப்புடன் பார்க்கின் றீர்கள்!

'சொல்'வாக்கு அனைத்தும் வாழ்வில்
    சுத்தமாய் இருப்ப தொன்றே
'செல்வாக்கு' எனநினைத் தேன்,
    சென்றது வாக்கு; அந்த
நல்வாக்குப் பட்ட பாடே
    ராமனின் கதையாய் நிற்கும்!
கொல்வாக் கினாலே தானே
    கோமகன் கதையைக் கேட்பீர்!

அரசியல் என்றால் நாட்டில்
    ஆயிரம் பொய்யின் கூட்டு!
அரசியல் வாதிஎன் றால்
    அன்றாடம் பொய்யில் வாழ்வோன்!
அரசியல் நாக ரிகம்
    அடுத்தவர் கெடுப்ப தொன்றே!
அரசன்யான் அறியேன் இந்த
    அவகோட்டை என்வாழ் நாளில்!

உண்மையே பேசிப் பேசி
    உண்மைக்கே வாழ்ந்து வாழ்ந்து
பெண்மையாய் பேத லித்து
    பெற்றது மரணம் ஒன்றே!
திண்மையாய் நானும் அந்த
    சீர்கெட்ட அரசி யற்கு
நண்பனாய் வாழ்ந்தி ருந்தால்
    நான்சாகத் தேவை யில்லை!

என்மீதே ராமன் காதை
　　எனைவைத்தே சீதை காதை
வன்செயல் ராவ ணர்க்கும்
　　வாய்த்ததோர் விதிஎன் னாலே!
இன்முக அனுமன் தன்னை
　　என்மகன் ராமன் காண
செல்வழி நான் சமைத்தேன்,
　　சேர்புகழ் ராமன் பெற்றான்!

என்னையார் நினைக்கின் றீர்கள்;
　　ஸ்ரீராமன் கதைஎன் றீர்கள்!
தன்மையைச் சொல்வ தானால்
　　தயரதன் கதையே யன்றோ!
மேன்மையாள் சீதை பெற்ற
　　மேன்மையும் கண்டே னில்லை!
நன்மைக்கு விலையே தையா
　　நாட்டுளோர் நிலையவ் வாறு!

ஒருத்திக்குச் சேலை தந்து
ஓவ்வொரு இழையும் தந்த
பருத்திக்குப் புடவை கட்டிப்
பார்ப்பவர் எவரு மில்லை!
அருத்தித்து வழிபா டாற்ற
ஆலயம் ஒன்றே னக்கு
நிறுத்திநீர் வைத்த துண்டா
நேருக்கு நேர்கேட் கின்றேன் !

தசரதன் கோயி லுண்டோ
தசரதன் பள்ளி உண்டா
தசரதன் பேருந் தேரும்
தரணியில் ஓட்டம் உண்டா?
அசலுக்கு மதிப்பே தையா?
அன்றாடம் பொய்யே சொன்ன
வசவுக்குக் கிடைக்கும் வாழ்த்து
வாழ்வாங்கு வாழ்ந்தோர்க் கில்லை!

ஆட்சியைக் கையில் வைத்தும்
அரைக்காணி நிலம்கொண் டேனா?
சூட்சிக்குத் துணைபோ னேனா?
சொல்வாக்கில் புரட்சி செய்தும்
காட்சிக்கு எளிதாய் வாழ்ந்தும்
கற்றோர்கள் புரட்சி என்று
ஆட்சிக்குப் பட்டம் சூட்டி
அணுவேனும் துணைவந் தாரா?

எடுத்ததால் வாழ்ந்தோர் தானே
இவ்வையம் எங்கும் உண்டு!
கொடுத்ததால் கெட்டே னென்று
கூறும்சொல் எனக்கே உண்டு!
அடுத்தவர் மடியைத் தட்டி
அன்றாடம் பதம்பார்க் கின்ற
கடைத்தர மனிதர்க்குத் தான்
காவலர் எனும்பே ருண்டு!

அடித்தளம் போட்டேன்; நான்கு
அற்புத மகவைப் பெற்றேன் !
படித்தளம் அமைத்தேன் சீதை
பாவையும் கொண்டு சேர்த்தேன்!
படைத்தவன் நானே, கம்பன்
பாடலும் எனக்கே வேண்டும்!
அடுத்தொரு பிறவி வந்தால்
ஐய,நீர் உணரச் சொன்னேன் !

மன்னவன் சொல்கின் றேன்;பின்
மற்றவர் வருகின் றார்கள்!
என்னவர் சொல்லும் சொல்லை
ஏற்றுநீர் மதித்துப் போற்றி
தென்னவர் பெருமை காப்பீர்!
சீருள கம்பன் பாட்டில்
சொன்னநற் பாத்தி ரங்கள்
தொடராக வருகின் றார்கள்!

காரைக்குடி--75

☼

நீல நிறம்--
மீண்டும் விளக்கப்படுகிறது

ஆழ்கடல் நீலம்; அந்த
ஆகாயம் நீலம்; மண்ணில்
சூழ்கின்ற பொருள்க ளெல்லாம்
தொலைவினில் இருந்தால் நீலம்!
ஆழ்கடல் போலும் அந்த
ஆகாயம் போலும் இங்கு
வாழ்கின்ற மாத ரார்தம்
மலர்விழி இரண்டும் நீலம்!

தூரத்தில் இருந்து நம்மை
தொடர்கிறான்; கடலி லுள்ள
நீருக்குள் இருந்து நம்மை
நித்தமும் கவனிக் கின்றான்!
சாரத்தை வைத்தே கண்ணன்
தன்நிறம் நீலம் என்றார்!
ஓரத்தைத் திருப்பிப் பார்த்தால்
ஒருபுறம் ராமன் நிற்பான்!

நீலத்தில் நஞ்சும் உண்டு;
 நிகரிலா அமுதம் உண்டு!
ஞாலத்தில் உள்ள பெண்ணில்
 நஞ்சொடு அமுதும் உண்டு!
சீலத்தில் அமுதம் சீதை;
 தென்னவன் தங்கை நஞ்சு!
காலத்தால் அழிந்த ஒன்றை
 கம்பனின் தமிழிற் கண்டோம்!

கம்பனை சென்னை நோக்கி
 கரிபரி படைகள் கூட்டி
செம்மையான் இஸ்மயில் சாகேப்
 திறமுடன் அழைத்து வந்தார்
தம்புகழ் கம்பன் காண
 தமிழ்ப்புகழ் மக்கள் காண
அம்புகொண் டெறிந்து பேசும்
 அறிஞர்கள் மேலோர் காண!

கம்பனால் ராமன் வாழ்ந்தான்
 காலத்தால் நிலைத்து நின்றான்!
கம்பனை வாழ வைத்தான்
 கம்பனின் பொடிக ணேசன்!
நம்புகழ் சிறிதே, இங்கு
 நாமுமே கம்ப னுடன்
தம்புகழ் சொல்வ தாலே
 தலைவனாய் தலைவைக்கின்றோம்!

எப்பழி வருமோ; இல்லை
 எவரிதில் குறைகாண் பாரோ
தப்பென்றும் தவறு என்றும்
 சரமாரி பொழிவா ரோஎன்
அப்பனே, கண்ணா! உந்தன்
 அடியினை முடியிற் கொண்டு
செப்பினேன் அறுசீர்; உந்தன்
 சீரினில் ஒருசீர் தாராய்!

-வேறு-

ஒன்பான் சுவையினையும்
 உணர்ந்தே பழகியவன்
என்பான் ஒருவன்
 இவனே அவனென்றும்
அன்பால் எனைஇந்த
 அவைக்குத் தலையாக்கும்
பண்பான நீதிப்
 பகலவனை யான்எந்தன்
என்பால் சதையால்
 இதயத்தால் வணங்குகிறேன்!

ராஜேஸ் வரிசீதை
 ரகுபதியைக் காதலித்தாள்
காதல் முடிவில்
 கல்யாண மாய்முடியும்!
சரியான மண்டபம்தான்
 தலைவரவர் தேர்ந்தெடுத்தார்!

அத்தியொன்று பூத்து
அடிமரமும் பழுத்ததுபோல்
சத்தமிகும் சென்னையினைத்
தமிழ்பேசத் தேர்ந்தெடுத்தார்!
நீதித் துலாக்கோலை
நேராகப் பிடித்தகரம்
ஆதித் தமிழ்நூலை
அலங்காரம் செய்ததம்மா!

ஜாதி மதம்கடந்த
தலைவனவன் கம்பனென்று
ஓதும் தமிழுக்கோர்
ஒப்புவமை இஸ்மாயில்!
சட்டைஇலை என்றாலும்
தமிழைத் தமிழ்க்கவியை
அசட்டைசெயும் எண்ணமிலார்
அன்புக் கணேசனவர்!

எந்தவிழா என்றாலும்
    ஏதோவென் றிருக்கும்எனை
இந்தவிழா என்றாலே
    இதயம் துடிக்கவைத்தார்!
சந்தவிழா; சாக்காவே
    தந்தவிழா; மேலோர்கள்
வந்தவிழா இந்தவிழா;
    வணங்கித் தொடருகிறேன் !

வணக்கமே இவ்வளவு
    வால்போல் தொடர்ந்து விட்டால்
கணக்கோடு கம்பன்
    கதைநீள மாட்டாதோ!
ஒன்றேதான் எண்ணமெனில்
    ஓராயிரம் உரைப்பேன்
இன்றோஇப் பேரவையில்
    எவ்வளவோ எண்ணிவந்தேன் !

ஆயிரமாய் ஆசை
    அடிபோட்டு நடனமிட்டால்
பாயிரமும் தேராதே!
    பாடப் பழகுகிறேன்!
'நகை'யோடு தொடங்குகிறேன்,
    நடுநடுவில் சிற்றறிவு
'அழுகை'யிலே வீழ்கிறது;
    ஆனாலும் பெரும்புலவீர்

'இளிவர'வில் இறங்கவில்லை;
    இராமனுக்கே தோன்றிவந்த
'மருட்கை'யிலே மருளுகிறேன்;
    மாபுலவர் தமைக்கண்டு
'அச்சத்'தால் அடங்குகிறேன்,
    ஆனாலும் துணிச்சலொடு
'பெருமித'த்தில் பாடுகிறேன்
    பேரில் குணத்தினில்யான்

'வெகுளி'என நீர் அறிவீர்;
  வெகுளல் அடக்கமெனும்
'உவகை'எனை உந்தியதால்
  உள்ளம் உடல்அனைத்தும்
'சாந்தம்' வரப்பெற்று
  தனைமறந்து பாடுகிறேன் !

அந்தநகை ராமனுக்குச்
  சீதையளித்த நகை
சேர்ந்தநகை அத்தனையும்
  சிதறடித்தாள் சூர்ப்பனகை!
மிதிலையிலே சீதை
  மிரண்டநகை ஏக்கநகை!
இலங்கையிலே செய்தநகை
  இடுக்கண்ணால் வந்தநகை!
கைகேயி செய்தநகை
  கைகாரி செய்யும்நகை!

களத்திலே தென்னவர்கோன்
 கண்டநகை மரணநகை!
மண்டோ தரிஇழந்தாள்
 மணவாளன் தந்தநகை!
பரதன் புரிந்தநகை
 பாரை வெறுத்தநகை
காகுத்தன் செய்தானா
 கலைமானின் பின்செல்ல
காலம் பணித்தநகை;
 கதைநடக்கச் செய்தநகை!

இந்தநகை அத்தனையும்
 எடுத்துச் சரம்தொடுத்து
தந்தநகை எங்கள்
 தமிழ்க்கவிஞன் செய்தநகை!

சென்னை--1975

✯

எனக்குத் தோன்றியது இது:

தேங்குநீர் உடைத்த வெள்ளத்
 திரைவனம் அழித்தல் போல
தீங்குநான் புரிய லுற்றேன்
 திருமகள் திவலை எண்ணி
வீங்குநீர் இலங்கைக் கென்னை
 விடுத்தனை நன்றோ தீதோ
ஆங்குநான் செய்த பாவம்
 அரியணை புரிந்த ஒன்றே!

[இலங்கைக்குச் சென்ற அனுமன் இலங்கையிற் செய்த அக்கிரமங்கள் பற்றி இராமன் ஒரு வார்த்தையாவது கேட்டானா? அப்படிக் கேட்டிருந்தால் அவன் என்ன பதில் சொல்லியிருப்பான்? அது இது.]

✻

V

பக்தி உலா

V

நாத்திகக் கருவறுப்போம்

ஆத்திகம் தழைக்க வைப்போம்
அறநெறி வளர்த்து வைப்போம்
சாத்திரம் படிக்க வைப்போம்
தலையாய மத உணர்ச்சி
தீத்திறம் கொள்ள வைப்போம்;
திருநாட்டைப் பாழ்ப டுத்தும்
நாத்திகக் கருவ றுத்தே
நடுகல்லும் நட்டு வைப்போம்!

தெய்வத்தை நம்ப வைப்போம்
சிறுமையை ஓட வைப்போம்
சைவத்தைச் செழிக்க வைப்போம்
தமிழ்மறை அறிய வைப்போம்;
கைவந்த கலைஞ ரெல்லாம்
கடவுளை விளக்க வைப்போம்
பொய்வாயை மூட வைத்தே
புல்லரைத் துடிக்க வைப்போம்!

ஆண்டவன் ஒருவன் உண்டு
 அன்பவன் பெயர்தா னென்று
ஈண்டவன் மகிமை கூறி
 இளந்தலை முறைகள் யாவும்
காண்டகு சிறப்பில் ஆழ்ந்து
 கடவுளை நாட்கள் தோறும்
வேண்டியே வணங்க வைப்போம்;
 வேலொடு குழலும் காப்போம்!

இறந்தபின் உயிர்கள் எல்லாம்
 எவ்வழி ஏகும் என்றே
அறிந்தவன் எவனும் இல்லை
 ஆண்டவன் ரகசி யத்தை;
தெரிந்தவன் அவனே யன்றி
 திறமுள விஞ்ஞா னங்கள்
அறிந்தன ஏதும் இல்லை;
 அவனேதான் வாழ்வின் எல்லை!

தாயவள் உடம்பைத் தந்தாள்,
    தந்தைஓர் துளியைத் தந்தான்
சேயென உருப்பெற் றோம்யாம்;
    தேகமும் காலும் கையும்
வாயொடு செவியும் பெற்றோம்;
    மரணத்தை வென்றோ மில்லை!
தூயவன் பெயரைச் சொல்லி
    துலங்கட்டும் பக்தி வெள்ளம்!

☼

நாத்திகர்க்கோர் புத்திமதி

ஆத்திகர் ராமர்க் கென்று
   அன்புடைத் திருநாள் காண்பார்;
நாத்திகர் ராவ ணற்கு
   நடத்துவோம் பெருநா ளென்பார்;
சாத்திரம் எதையும் ஏற்கும்
   சமுத்திரம் இந்து வேதம்
பாத்திரம் எதுவா னாலென்?
   பாலைத்தான் பருக வேண்டும்!

'ராவணன் தமிழ' னென்றும்
   'நம்மவன் பெரியோ னென்'றும்
ராவண லீலை என்றும்
   நடத்துவார் உணர்தல் வேண்டும்,
ராவணன் ஆரியன் தான்
   நல்லவர் ஆழ்ந்து சொன்னார்;
காவியம் அறிந்த பின்பே
   களம்புக வருதல் வேண்டும்!

அரக்கரைச் சொந்த மாக்கி
    அவருக்குத் தமிழ்ப்பேர் சூட்டி
மறக்கதை சொல்லும் மூடர்
    வரலாறு படித்தல் வேண்டும்;
இரக்கமில் லாதா ரெல்லாம்
    அரக்கரென் றியம்பும் நூல்கள்!
சிறக்குமோர் தமிழன் என்று
    இரக்கமில் லாமல் தேய்ந்தான்?

எதனையோ எண்ணிக்கொண்டு
    எதனையோ பற்றிக் கொண்டு
மதுவிலே பாலைத் தேடி
    மயக்கத்தில் ஆழ்ந்து கொண்டு
விதித்தருள் வழியைக் கூட
    விளக்கமில் லாமல் ஆயும்
மதியிலார்க் கெந்த நாளில்
    மதிவரும் அறியோம் நாங்கள்!'

நாத்திகம் இறந்த மேனி
நாத்திகன் மூட ஞானி
ஆத்திகன் மலரின் தேனீ
ஆராய்ச்சிச் சுரங்கக் கேணி
நாத்திறம் இருந்தால் மட்டும்
நற்பொருள் கைவ ராது
சாத்திரம் படித்தல் வேண்டும்
சகலமும் அதிலே தோன்றும்!

✷

கற்பக மூர்த்தி

அற்புதக் கீர்த்தி வேண்டின்
ஆனந்த வாழ்க்கை வேண்டின்
நற்பொருள் குவிதல் வேண்டின்
நலமெலாம் பெருக வேண்டின்
கற்பக மூர்த்தி தெய்வக்
களஞ்சியம் இருக்கை சென்று
பொற்பதம் பணிந்து பாரீர்!
பொய்யிலை! கண்ட உண்மை!

பிள்ளையார் பட்டி என்னும்
பேரருட் சுரங்கத்தின் கண்
உள்ளவன்; மலையிற் பூத்த
உருவத்தன்; இயற்கைத் தோன்றல்;
தெள்ளிய மனத்தர்க் கெல்லாம்
திருவருள் வழங்கும் ஐயன்;
கள்ளமில் பக்தர் தந்தை
கற்பக மூர்த்தி அன்றோ!

☼

சபரி நாதன்

கையொப்பக் கூப்பி நிற்பீர்
    கண்ணொப்பக் கண்டு நிற்பீர்
செய்யொப்ப நினைவும் ஒப்பச்
    செவியொப்ப அவனைக் கேட்பீர்
பொய்யொக்க வீழும்; நல்ல
    புகழொக்கப் பொருளும் சேரும்!
ஐயப்பன் ஒருவன் தானே
    ஐயமில் லாத அப்பன் !

✡

சிவன் மகனே!

குணக்குள மாகக்
 குடிப்பிறப் பெய்தி
  குறிப்பறிந் துலகினில் வாழ
கணக்குள திங்கே;
 கணக்கினை நடாத்தும்
  கைகளோ உள்ளன அங்கே!
பிணக்குள தாயின்
 பிறகதைப் பேசு
  பெருந்துயர் தீர்சிவன் மகனே!
மணக்குளச் சென்னி
 மதிமிகும் புதுவை
  வாழ்ந்திடும் ஆனைமா முகனே!

☀

சர்க்கரையூர் விநாயகன்

மூங்கில்துறைப் பட்டினிலே முளைத்தெழுந்த
விநாயகனார் முகத்தைக் காண,
ஓங்குபுகழ் செந்தமிழும் உயர்ந்தகவி
இலக்கியமும் ஒன்று சேர்ந்து
தாங்கிவரும் பல்லாக்கு; தனிவரிசை
கொண்டு; தவமு ளோரும்
ஆங்குவரத் துடிதுடிப்பார்; அடிமையெனப்
பணிபுரிவார் அன்பி னாலே!

வாழைஇலை காய்கனிகள் வழங்குதல்போல்
தன்கையால் வழங்கி வாழ்த்தி
ஏழைகளும் செல்வர்களும் ஏற்றமிகு
பணிபுரியும் இளையோர் தாமும்
வேழமுகன் கோயிலினை வியக்கும்வகை
எழுப்பியதை விழைந்து நோக்கி
ஆழமிகும் வேதமெலாம் அன்பொழுகக்
கூடிவரும் அவனைக் காண!

சக்தியுளான் கணபதியான்; தனிக்கட்டை
இன்னல்களைத் தவிர்த்து வைப்பான்
பக்தியுளார் பெண்ணைநதிப் படுகையிலே
அவனருளைப் பருக வாரீர்!
சக்திவரும்; வெற்றிவரும்; தசைநார்கள்
உதிரமெலாம் தழைத்து நிற்கும்!
முக்திவரும் பின்னாளில்; முதலில்வரும்
நல்வாழ்வு முழுமை யாக!

அக்கரையில் மலைதெரியும்; ஆகாயம்
தொடுமளவு பசுமை தோன்றும்!
இக்கரையில் மனிதகுலம் இனம்சாதி
பாராமல் இயங்கி நிற்கும்!
சர்க்கரையூர் இன்றுமுதல் சக்திவிநா
யகர்கோயில் தம்மூ ராகும்
எக்கரையும் உடைத்துவரும் ஏந்தலவன்
பொற்பதத்தை ஏற்று வோமே!

☼

தனிப்புகழ்

செவ்விய தமிழினிற்
 சிந்து பயின்றவன்
ஒவ்வொரு சொல்லையும்
 உருக்கிப் படைத்தவன்
கவ்வி இழுத்திடும்
 கவிதையில் வல்லவன்
எவ்விதம் அன்னவன்
 ஏற்றம் இயம்புவேன் !

திருப்புகழ் நூலினிற்
 தனிப்புகழ் கொண்டவன்
பரப்பொருள் தம்மையும்
 பக்தியில் வென்றவன்
அறப்பொருள் சொல்வதில்
 அன்னையின் மேலவன்
'இருப்பது பொய்'யென
 அறிந்தே இருந்தவன் !

சொல்வளம் கொள்வதில்
    தோன்றாத் துணையவன்
பல்வளம் பெருகிடும்
    பாடல் வகுத்தவன்
நல்மனம் யாவையும்
    நாடும் திறத்தவன்
வல்வினை வென்றவன்;
    வாழ்ந்தும் பயின்றவன் !

அருணகிரி எனும்
    அடியவன் திருப்பெயர்
உரைக்கும் மனங்களில்
    உள்ளொளி பாயுமே!
இருளும் ஒளியென
    ஏற்றம் படைக்குமே!
மருளும் மனங்களின்
    மயக்கம் துடைக்குமே!

அன்னவன் பெருமையை
அறிந்த ஒருசிலர்
முன்னவன் பணிசெய
முனைந்து நின்றனர்!
என்னிவர் பெற்றதோர்
இன்பப் பேறுகள்
பன்னெடும் நாளவர்
பக்தியில் வாழ்கவே!

(அருணகிரிநாதர் 600-ஆவது பிறந்தநாள் விழா மலருக்கு எழுதப்பட்டது)

☼

பூமழை பொழிவதாக

கண்ணனே மேக வண்ணன்
 கடலெலாம் அவன்தன் மேனி
விண்ணெலாம் அவன்மெய் நீலம்
 விரிகின்ற மழையும் அன்னான்
எண்ணுமோர் நொடிக்குள் ளாக
 எங்கெங்கோ கிடக்கும் மேகம்
நண்ணுக; இடிமு ழங்கி
 நன்மழை பொழிவ தாக!

கிழவியின் முகத்தைப் போல்
 கீறிட்ட நிலங்க ளெல்லாம்
குழவியின் முகத்தைப் போல
 குளிரட்டும் மழைபொ ழிந்து!
தொழுகையில் அவனைக் கேட்போம்;
 தூயவா, வாழ வைப்பாய்,
அழுகையை முடிக்க உந்தன்
 அகக்கண்ணீர் பொழிய வைப்பாய்!

அற்புதம் நடப்ப தாக
    அலையென மேகம் சூழ்ந்து
கற்பனை வெள்ளம் போல
    கடுமழை பொழிவ தாக!
கற்பகக் கோதை எங்கள்
    கருணையாள் உமையின் தோற்றம்
பொற்பதம் பணிகின் றோம்நாம்
    பூமழை பொழிவ தாக!

வள்ளலே மேக வண்ணா,
    வயலுக்குத் தண்ணீர் காட்டு!
கள்ளமில் லாத எங்கள்
    காராளர் கலப்பை யோட
வெள்ளத்தை நதியில் காட்டு
    விந்தையைச் செயலிற் காட்டு!
அள்ளியே உண்ணப் போந்த
    ஆனினக் காவல் நாட்டு!

சக்கரம் சுழல்வ தாக;
தர்மமே செழிப்ப தாக;
பொற்கரம் விரிந்து நீளும்
புண்ணியம் தழைப்ப தாக;
தக்கவர் சான்றோர்க் காக
தனிவெள்ளம் வருவ தாக;
அக்கரைப் பச்சை தோன்றி
அகக்கறை தொலைவ தாக!

வேதங்கள் வளர்வ தாக,
மெய்ஞானம் மலர்வ தாக
நீதங்கள் துளிர்ப்ப தாக;
நியாயங்கள் வாழ்வ தாக;
மாதங்கள் பன்னி ரண்டும்
மழைக்கா லமாவ தாக;
நாதங்கள் விழாக்க ளென்று
நற்கோயில் ஒளிர்வ தாக!

சூழுக கருமே கங்கள்;
சுற்றுக தமிழ்நா டெங்கும்!
ஆழியின் நீரை யுண்டு
ஆங்காங்கே தெளிப்ப தாக!
வீழுக மழைச்ச சரங்கள்;
சாரங்கள் வில்லே போல
வாழிய மழைக் கணைகள்;
வரிசையாய் நிலத்தை நோக்கி!

ராதையைத் துணைகொண் டாயே;
நங்கைக்குத் துகில்தந் தாயே;
கோதையை ஆட்கொண் டாயே;
கோயிலில் குடிகொண் டாயே;
வாதையைப் பார்த்த பின்னும்
வாராமல் இருக்கின் றாயே!
மாதர்கள் கற்புக் கேனும்
மழைவெள்ளம் பொழிவ தாக!

ஒருபுறம் வெள்ளக் காடு;
　　உயிர் உடல் நதிக ளோடு!
மறுபுறம் காய்ந்த பூமி;
　　மயக்கமேன் கிருஷ்ண ஸ்வாமி?
தருவதைக் காலம் பார்த்துத்
　　தருவதே தரும மன்றோ!
வருவது மழையா கட்டும்,
　　வறுமைக்குப் பகையா கட்டும்!

புரட்சிகள் பலசெய் தாயே,
　　புதுமையின் தலைவா! இந்த
வரட்சியை நீக்க வேணும்
　　வழிசொல்ல மாட்டாயா நீ?
திரட்சிகொண் டெழுந்து மேகம்
　　தீபத்தின் புகையே போல
மிரட்சிகொண் டலைகள் மோதி
　　வீசட்டும் மழையை இங்கே!

காவிரி அலைமோ தட்டும்;
கரைகளும் உடையும் வண்ணம்
பூவிரி வெள்ளம் வந்து
புதுப்புனல் கொண்டா டட்டும்!
ஆவினம் தாகம் தீர்ந்து
அற்புதப் பால்சிந் தட்டும்!
மூவினத் தமிழன் வாழ்வு
முகிழ்க்கட்டும் மழையி னாலே!

கடவுளே கடவுளே நீ
கடந்துஉள் இருப்பா யானால்
விரைவிலே விரைவிலே ஓர்
வியன்மழை வழிந்தோ டட்டும்;
தெருவிலே தெருவிலே எம்
சின்மணிக் குழந்தை யாட
முடிவிலே முடிவிலே நீ
முகிழ்த்துவா மழைநீ ராக!

நான்கேட்டும் மறுத்தா யானால்
 நன்மழை தடுத்தா யானால்
வான்கேட்பேன்; ராதை என்னும்
 வஞ்சியைக் கேட்க வைப்பேன்;
ஏன்கேட்டேன் என்று பின்னால்
 எனைக்கேட்கக் கூடா தையா!
மான்கேட்டால் மறுப்ப தில்லை;
 மன்னவன் கண்ண னன்றோ!

வான்முட்டும் கோபுரங் காள்
 வானுக்குச் சேதி சொல்வீர்!
தேன்முட்டும் இதழாள் சக்தி
 தேவியைத் துயிலெ ழுப்பீர்!
கான்முட்ட மழைபொ ழிந்து
 காவிரி பெருகி ஓடி
மீன்முட்டும் வெள்ளக் காடாய்
 வியன்நிலம் ஆவ தாக!

[மழைக்காக வேண்டி வானதி பதிப்பகம் மயிலாப்பூர் கபாலீசுவரர் கோயிலில் நடத்திய கவியரங்கில் பாடிய கவிதை.]

✯

வாழ்க!

இற்பொருள் துறவு என்னும்
இகபரம் இரண்டும் சொன்ன
அற்புத இந்து மார்க்க
அறப்படைத் தலைவன் எங்கள்
கற்பக மூர்த்தி யோடு
கந்தமுத் தையன் தேவி
பொற்படி ஒருங்கே வைத்து
பூஜிப்பார் நலங்கள் வாழ்க!

VI

கவிதை நாடகம்

IV

വ്യാകരണ കുറിപ്പുകൾ

சாவிலா வீட்டில்...

[ஓர் ஆலமரத்தடி; புத்தர் அமர்ந்திருக்கிறார்; எதிரே சீடர்கள்.

ஆலமரத்திலிருந்து உதிர்ந்த பழுப்பிலை ஒன்று மெதுவாகக் காற்றில் அலைந்து கீழே வருகிறது. புத்தர் அதையே பார்க்கிறார். இலை கீழே விழுகிறது; அவர் முகத்தில் புன்னகை படர்கிறது.]

சீடரை நோக்கி...

புத்தர்: உயிரிற் பிறந்து
    உயிரிற் கலந்த
உத்தமச் சீடரீர்!
    தத்துவம் கேண்மினோ;
அன்பே மூலம்;
    அன்பே வையகம்;
அன்பின் சக்தியே
    ஆண்டவன் தத்துவம்!

அறமெனப் படுவது
    அகிம்சை ஒன்றுதான்!
உயிர்கள் அனைத்துமே
    ஒன்றெனக் கொள்ளுவீர்!
ஜனனம் நாயகன்
    தரணிக் களித்தது;
மரணம் அதை அவன்
    மறுபடி அழைப்பது!
இடையிற் கிடைப்பது
    இளமையும் செல்வமும்;
தாரணி வாழ்க்கையைத்
    தணிக்கை செய்வதே
மூப்பும் பிணியும்
    முனகலும் கவலையும்!
முடிவில் லாதவன்
    மூல முதல்வனே!
மன்னும் உயிர்கள்
    மறைவது இயற்கை;

மரணம் வருமுன்
  மயக்கம் நீங்குக!
தத்துவ ஞானச்
  சரக்கினை ஏற்றி
புத்தனின் கலங்கள்
  பூமியை வெல்லுக!
சத்தியம் ஜெயமே!
  சத்தியம் ஜெயமே!
புத்தனின் தத்துவம்
  பொய்ப்பதே இல்லை!...

புத்தம் சரணம் கச்சாமி...
சங்கம் சரணம் கச்சாமி...
தர்மம் சரணம் கச்சாமி...

[தலைவிரி கோலமாக--பதறியபடி, கிருஷ்ண கௌதமி என்ற பெண் ஓடிவந்து...]

கி. கௌதமி: புத்த தேவா!
புத்த தேவா!

புத்: யாரது மகளே,
என்னநின் துயரம்?
கண்ணிலேன் கண்ணீர்?
கலைந்ததேன் கூந்தல்?
கையிலென் குழந்தை?
காரணம் கூறுக!

கி. கௌ: ஐயனே! தேவனே!
அன்பின் நாயக!
ஐயிரு திங்கள்யான்
அங்கம் கலங்க
பையவே ஈன்று
பரிந்தஎன் செல்வன்,
மரகதத் தொட்டிலும்
மாணிக்கக் கட்டிலும்
மின்னும்என் மனையில்
விளையாட வந்தவன்,

பல்லாண்டு தவத்தில்
பாலித்த குழந்தை
இல்லா தொழிந்தாள்...

புத்: ... ...
எவ்வகை மரணம்?

கி. கௌ: நாகம் கடித்தது;
நாழிகை யொன்றில்
தேகம் படுத்தது;
சென்றதே ஆவி!

புத்: நல்லது; இதிலே
நானென் செய்வது?

கி. கௌ: வல்லவன் நீயே,
வையகம் அறியும்!
பிள்ளையின் உயிரைப்
பிழைக்க வைப்பது
உன்கையி லுண்டாம்;
உலகம் சொன்னது!

(புத்தர் புன்னகை)

புத்: ஜனனம் உன்வழி,
　　　　தாயே! இவனது
　　மரணம் அவன்வழி!
　　　　மற்றிதன் நடுவே
　　இவனைத் தருவது
　　　　என்வழி யல்லவே!...

கி. கௌ: முடியும் உன்னால்...
　　　　முடியும் உன்னால்!...

புத்: ஆயின் நல்லது!
　　　　அன்னையே நீபோய்
　　ஊரில் உளவோர்
　　　　ஆயிரம் மனையில்
　　சாவிலா வீட்டில்...
　　　　சாம்பல் வாங்கிவா!
　　சாம்பல் வந்ததும்
　　　　தருகிறேன் உயிரைநான்!

கி. கௌ: நல்லது நாயக!
　　　　நல்லது நாயக!
　　சாம்பல் தானே?...

புத்: ...சாவிலா வீட்டில்!

கி. கௌ: தருகிறேன் உடனே...

புத்: ...விரைவில் ஓடிவா!

(கிருஷ்ண கௌதமி புறப்படுகிறாள். ஓடி வந்து ஒரு வீட்டின் முன் நிற்கிறாள். அங்கிருங்கும் பெண்ணிடம்...)

கி. கௌ: ஆயர் மகளே!
ஆயர் மகளே!
மரணம் ஏதும்உன்
மனையில் நிகழ்ந்ததா?...

பெண்: ஆயிரம் மரணம்!...
ஆயிரம் மரணம்!...

கி. கௌ: அவ்வகை யாயின்
உன்னிடம் பயனிலை!...

[திரும்புகிறாள்-வேறு வீடு]

கி. கௌ:   சாவிலா வீட்டிலோர்
         சாம்பல் வேண்டும்!
         தாயே உன்மனை
         சாவைக் கண்டதா?...

பெண்:   நாயகன் இறந்து
         நாலுநாள் ஆனது!...
                              (வேறு வீடு)

பெண்:   பாலகன் இறந்து
         பத்துநாள் ஆனது!...
                              (வேறு வீடு)

பெண்:   தந்தை இறந்த
         சடங்கு இன்றுதான்!...
                              (வேறு வீடு)

பெண்:   அனைவரும் மாண்டனர்
         அடியாள் மீதம்!...

[கிருஷ்ண கௌதமி மீண்டும் புத்தரிடம் ஓடி
 வருகிறாள்]

கி. கௌ: புத்த தேவனே!
புத்த தேவனே!...

புத்: பொறுமை! மகளே...
போய்வந் தாயா?...

கி. கௌ: மரணம் இலாததோர்
மனையே இலையே!...

புத்: இதுதான் உலகின்
இறுதித் தத்துவம்!
கணவன் கொடுத்தது
ஒருதுளி இரத்தம்;
கண்களும் கைகளும்
இறைவனின் சித்தம்!
வாழ்க்கை என்பது
மனிதர்கள் சத்தம்
மரணம் என்பது
மறைவது மொத்தம்!
ஆசை, காமம்,
அச்சம், வெகுளி,

பாசம், பந்தம்,
 பகைமை, உறவு
வேஷம் அனைத்தும்!
 மென்மொழி மகளே!
பசியா வயிறு
 பார்த்ததுண் டாநீ?
பச்சைக் குழந்தை
 பாலென அழவும்
பருவம் வந்ததும்
 காமப் பசியும்
சேர்ந்த குடும்பத்துச்
 செல்வப் பசியும்
பாவிகள் தேடும்
 பதவிப் பசியும்
பசியில் பலவகை!
 பசியில் லாவிடில்
பகையும் இல்லை;
 உறவுகள் இல்லை!

காமம் உலகைக்
 கலக்கி எடுக்கும்;
பசியோ அதற்குப்
 பரிந்துரை யாடும்
இரண்டும் இலையேல்
 இப்புவி இல்லை!
ஆடும் வரைக்கும்
 ஆடிய லைந்து
தேடும் பொருளைத்
 தேடி விழுந்து
கூடும் மனையைக்
 கூடிக் கலந்து
வாடும் மனிதனை
 மரணம் அணைந்தால்
ஓடுதான் மிஞ்சுமா?
 உடலெனும் பேரில்
கூடுதான் மிஞ்சுமா?
 கோதாய் இப்புவி

வரவில் வைப்பது
 மானிடப் பிறப்பு;
செலவில் வைப்பது
 ஜீவனின் இழப்பு!
கண்ணில் நீரும்
 கலங்கிய மனமும்
கோழைகள் செயலாம்;
 குமைவதை நிறுத்து!
சாம்பல் தேடிய
 தாயே! உன்மகன்
சாம்ப லாவதே
 தத்துவ முடிவு!
அவனை நாடு!
 அவனையே தேடு!
நாமும் போவது
 நாயக னிடமே!
காலம் வரும்வரை
 கவலையை நிறுத்து!

புத்த தத்துவம்
 பொய்த்ததும் இல்லை;
போன குழந்தை
 வருவதும் இல்லை!

சீடர்: *புத்தம் சரணம் கச்சாமி...*
சங்கம் சரணம் கச்சாமி...
தர்மம் சரணம் கச்சாமி...

-திரை-

❖

புத்து நுகர்த்துமா
மலைகளி வருத்துப்பாளை;
போல குழந்தை மாபல
மாலைகளி வருத்தனமா!

...போகக்க வாளை வருக்கு   ...பக்
...போகக்க வாளை கக்காக...
...போகக்க வாளை வயக்

-நிலவு-

☼

VII

பல்சுவை

VII

சென்னைக்கு வந்த கம்பன்

ஆயிரம் காலம் நின்று
    அருந்தவம் புரிந்த போதும்
தாயினும் பெரிய கம்பன்
    தமிழ்போலப் பிறப்ப தில்லை!
வாயினாற் சொல்லும் போதும்
    மனத்திடை நுகரும் போதும்
தூயதோர் இனிமை தோன்றும்
    சொல்லவன் சொல்லே யன்றோ!

அன்னையாம் கம்பனுக் கோர்
    அடிப்பொடி துவக்கி வைத்த
மன்னிய திருவி ழாவை
    மாநிலம் முழுதும் காண
சென்னையும் தொடங்கிற் றம்மா
    சேர்ந்தவர் உயர்ந்த மக்கள்!
தன்னிக ரில்லாத தாகத்
    தமிழ்விழா செழிப்ப தாக!

நீதியால் உயர்ந்து நிற்போர்:
    நினைவினிற் செம்மை கொண்டோர்
சாதியோ, மதமோ இன்றித்
    தம்மையே அர்ப்ப ணித்தார்;
ஆதியாம் தமிழைக் கம்பன்
    அலங்காரம் செய்து பார்த்தான்
நீதியோர் கம்பன் சொன்ன
    நியாயத்தை விளக்க வந்தார்

அழகிய தமிழே! உன்னை
    அன்பினால் காத்து நின்றன்
கழலடி வணங்கு தற்குக்
    கம்பனார் கழகம் கண்டார்!
தழைக்கஇக் கழகம் உன்போல்
    தாரணி புகழ்வ தாக!
செழிக்கின்ற குரல்கள் நின்சீர்
    சிறப்பையே ஒலிப்ப தாக!

✶

தீபம் போதும்

--காந்திஜி--

காட்டினுள் தேடித் தேடிக்
 கற்பகத் தருவைக் கண்டோம்!
வீட்டினுள் தேடித் தேடி
 விளக்கையோர் இடத்திற் கண்டோம்!
ஏட்டினுள் தேடித் தேடி
 இணையிலாக் கவியைக் கண்டோம்!
நாட்டினுள் தேடுகின் றோம்
 நாயக! நின்னைக் காணோம்!

நாற்பது கோடிக் கென்று
 நடுங்கிய தடியை ஊன்றி
ஏற்பதை ஏற்று வாடி
 இருப்பினும் தொடர்ந்து சென்று
நூற்பது முதலாய் நன்மை
 நுவல்வது வரையிற் சொல்லி
வேற்படை திரட்டி வென்றாய்
 வீரனே! நின்னைக் காணோம்!

காந்திநின் பெயரைக் கண்டோம்
    காலடிச் சுவடைக் கண்டோம்
சாந்தமென் றொன்றைக் கண்டோம்
    தனியறம் தழைக்கக் கண்டோம்;
மாந்தருள் நின்னைப் போல
    மற்றொரு வைரம் காணோம்
ஏந்திய தீபம் நின்சொல்
    இன்னொளி போதும் தேவா!

☼

ஆழியும் மலையும் போல்!

--காமராசர்--

வாழிய இமயம் என்று
    வாழ்த்தினார் எவரோ அன்று!
ஆழியின் அலைகள் தம்மை
    யார்எவர் வாழ்த்தி னாரோ!
சூழிய தென்றற் காற்றைத்
    தொடர்கென எவர்சொன் னாரோ!
தாழ்விலா திவை யனைத்தும்
    சரித்திரம் படைக்கக் கண்டோம்!

மணிமுடி ராமன் பேரும்
    மன்னவன் தருமன் பேரும்
இணையிலாக் கண்ணன் பேரும்
    இப்புவி உளநாள் மட்டும்
பிணியிலா துயரக் கண்டோம்;
    பேசரும் சிறப்பின் மைந்தன்
அணையிலா வெள்ளம் போல
    அகிலமெல் லாமும் பாய்ந்தான்!

தூயவெண் ணிறத்தில் ஆடை
  துல்லிய மனத்தின் வாடை
ஆயபே ரறங்கள் செய்து
  அற்புதம் படைத்த கைகள்
மாயிருள் ஞால மெங்கும்
  மகிழ்வொளி பரப்பும் கண்கள்
நாயகன் காம ராஜர்
  நலம்சொலச் சொல்லே இல்லை!

வாழிய பலநூ றாண்டு
  வாழிய நாட்டை ஆண்டு
வாழிய அவன்பே ருள்ளம்
  வாழிய உலகோ ரெல்லாம்;
வாழிய என்று பாடும்
  வார்த்தைக்கு வலுவுண் டானால்
ஆழியும் மலையும் போல
  அவன் புகழ்வாழும்; வாழும்!

தேசத்தை ஈர்த்த தமிழன்

--இராஜாஜி--

ஊராண்டு நாடாண்டு
    உயர்வான மேதைகளின்
        உள்ளத்தை ஆண்ட மனிதன்
உடலாண்டு மனம்ஆண்டு
    ஒருதொண்ணூற் றைந்தாண்டு
        உலகத்தில் வாழ்ந்த அறிஞன்
சீராண்டு வேதாந்த
    சித்தாந்த மெய்ஞானம்
        சேர்த்தாண்ட ஞான முனிவன்
தெளிவோடு பலவாண்டு
    தென்னாட்டு மாந்தர்க்குத்
        தெய்வத்தைச் சொன்ன கலைஞன்
நூறாண்டு வாழாது
    ஐந்தாண்டு குறைவாகி
        நோயாண்டு மாண்ட தெனவோ?
நுவலரிய பொருள்கள்தரும்
    வலிமைமிகு கீதையெனும்
        நூலாண்ட பரந்தா மனே!

ஊராட்சி என்றாலும்
  நகராட்சி என்றாலும்
    ஒழுக்கத்தை வேண்டும் ஒருவன்
ஒருபோதும் தன்கட்சி
  நிருவாகத் தலையீட்டை
    ஒப்புக்கொள் ளாத தலைவன்
சீரான அரசாட்சி
  சிலகாலம் செய்தாலும்
    திறமாகச் செய்த புனிதன்
தென்னாட்டு மாந்தர்தம்
  திறமைக்குச் சான்றாகித்
    தேசத்தை ஈர்த்த தமிழன்
தேராத நூலில்லை
  தெளியாத பொருளில்லை
    சென்றோடி விட்ட தெனவோ?
செழுமைமிகு பொருள்கள்தரும்
  அழகுமிகு கீதையெனும்
    தேர்தந்த பரந்தா மனே!

வாழ்வாங்கு வாழ்வாரைத்
    தெய்வத்துள் வைக்குமொரு
        வையத்து வாழு மனிதா
வையத்துள் இராஜாஜி
    வாழ்வுக்குச் சான்றாக
        வாழ்வொன்று எங்கும் உளதா?
ஊழோங்கி உயிர்வாங்கி
    உடல்கூடென் றானாலும்
        உள்ளத்தைக் காலம் வெலுமோ?
ஒருகோடி வருடங்கள்
    ஓடட்டும்; அவர்சொன்ன
        உரைகூட ஓடி விடுமோ?
தாழாத பணியென்றும்
    தமதென்ற இராஜாஜி
        தருமங்கள் வாழும் தினமே!
தனதுநிகர் இல்லாத
    இனியதொரு கீதையெனும்
        தாய்தந்த பரந்தா மனே!

மாபார தத்தினிலும்
இராமா யணத்தினிலும்
மனதார மூழ்கி நீந்தி
மனநீதி பொய்யாது
மறைநீதி அகலாது
வாழ்ந்தார்க்கு ஆத்ம சாந்தி
பூபாரம் ஏற்றானை
புகழ்ப்பாரம் கொண்டானை
பொழுதென்றும் வாழ்த்து மனமே!
பொய்யாத மானிடர்கள்
இவர்போலச் சிறிதேனும்
பொன்னாட் டில்வருக தினமே!
கோபாலன் ஆவிக்கு
மாறாத அமைவொன்று
குறையாது தருக வரமே!
குணமுடைய பொருள்கள்தரும்
நலமுடைய கீதையெனும்
கொடைதந்த் பரந்தா மனே!

☼

ஒரு சரித்திரம்

--பெரியார்--

சரித்திரம் இறந்த செய்தி
  தலைவனின் மரணச் செய்தி;
விரித்ததோர் புத்த கத்தின்
  வீழ்ச்சியைச் கூறும் செய்தி;
நரித்தனம் கலங்கச் செய்த
  நாயகன் மரணச் செய்தி;
மரித்தது பெரியா ரல்ல;
  மாபெரும் தமிழர் வாழ்வு!
இறக்கவே மாட்டார் என்று
  இயற்கையே நம்பும் வண்ணம்
சிறக்கவே வாழ்ந்த வீரன்
  சென்றதை நம்பு வேனா?
மறக்கவா முடியும் அந்த
  மன்னனை; அவன் எண்ணத்தைத்
துறக்கவா முடியும்; ஐயோ!
  துயரமே உனக்கே வெற்றி!

☼

பேரும் புகழும் பெருவாழ்வு

--கருமுத்து தியாகராசர்--

உரமுள்ள நெஞ்சம்; வாழ்வில்
    உறுதியால் வளர்ந்த நெஞ்சம்!
திறமுள்ள நெஞ்சம்; நேர்மை
    செம்மையால் மலர்ந்த நெஞ்சம்!
அறமுள்ள நெஞ்சம்; என்றும்
    அன்புடன் பழகும் நெஞ்சம்!
கருமுத்து தியாக ராசர்
    கனிவுடன் வளர்த்த நெஞ்சம்!

ஒன்றிலே தொடங்கி எட்டு
    ஒன்பதென் றுயரச் சென்று
கன்றென இருந்த சொத்தை
    காளைபோல் வளரச் செய்து
சென்றாள் மனதில் வைத்து
    சேர்த்ததைக் கல்விக் காக
நன்றெனச் செலவிட் டானை
    நாமினிக் காண்ப தெந்நாள்?

மதுரையே அவன்பேர் சொல்லும்
மங்கைமீ னாட்சி அம்மை
நதியவள் பேரால் மன்னன்
நாட்டிய ஆலை சொல்லும்;
கதிஇலார்க் காகச் செய்த
கல்லூரி வாசல் சொல்லும்;
அதிகம்நான் சொல்வ தென்ன
அவன்வழி என்றும் வெல்லும்!

உழைப்புக்கோர் எடுத்துக் காட்டு
ஒவ்வொரு துறையும் தேர்ந்து
தழைப்பதைக் கண்ணாற் கண்டு
தமிழையும் கைவி டாமல்
மழைஎனப் பொழிந்த செம்மல்
மரணத்தால் இறந்தா னில்லை;
இழைகின்ற உடலாற் செத்தான்
இதயத்தால் வாழுகின் றான்!

☼

வெண்மலர்

(பாண்டி, ஜீப்மர் மருத்துவமனை செவிலி தமிழரசிக்குத் தந்த தரிசனப் பாடல்)

ஓடுகின்ற நதியிலே உனதுபேரைக் கேட்கிறேன்
ஆடுகின்ற மலரிலே அழகுமேனி காண்கிறேன்
பாடுகின்ற தென்றலை பழகி இன்பம் உணர்கிறேன்
தேடுகின்ற பொருளெலாம் தெய்வம்வாழ்வதறிகிறேன்

அன்புமிக்க கன்றுகள் அன்னைதன்னை அழைத்தன
இன்பம்மிக்க மொழியில் இறைவன்கீதம் கேட்டன
நன்றுதீது என்னவோ நானறிந்த தில்லையே
கன்றுபோல வாழ்கிறேன் காக்கவேண்டும் தெய்வமே!

பாவைஎன்ற பருவமும் பழுதிலாத உருவமும்
சேவைசெய்யத் தந்தனை தினமும் அதே சிந்தனை
காவல்தேடும் மக்களை காத்திருக்கும் உள்ளமே
கோயிலாகக் காண்கிறேன் குறைகளில்லை தெய்வமே!

இனிமையானமொழியிலும் இரக்கமுள்ளமனதிலும்
கனவுமிக்க பணியிலும் கடவுள்உண்டு என்பதால்
மனிதஜாதி எய்தினேன் மற்றவர்க்கு உதவினேன்
புனிதமான தெய்வமே பூவைஎன்னைக் காக்கவே!

☼

தேவருக்கு மணிவிழா

--சின்னப்ப தேவர்--

காதவழி தூரமெல்லாம்
கால்கடுக்க நடந்தாலும்
தேவரைப்போ லொருவரைநாம்
தேடுவதும் அரிதாமே!
வேலிருக்கும் முருகனிடம்
வேண்டுதலைக் கொடுத்தாலும்
பாலிருக்கும் பொன்மனத்தைப்
பார்ப்பதுவும் அரிதாமே!
பாலிருக்கும் பொன்மனத்தைப்
பார்க்கத்தான் வேண்டுமெனில்
தேவரைத்தான் நாம்பார்ப்போம்
தெய்வமே திருமுருகா!
ஆளில்லாக் கோயில்ஒரு
ஆயிரத்தில் ஒன்று, திரு
நாளில்லா மருதமலை
நடத்தியவன் தேவர்பிரான்!

எங்கெங்கே முருகனுக்கோர்
இடமுண்டோ அங்கங்கே
பங்காக்த் தேவருக்கோர்
பாகமுண்டு கண்டோமே?

இறைவனுக்குப் பங்காளி
எத்தனைபேர் இருந்தாலும்
முருகனுக்குப் பங்காளி
முதலுறவு தேவர்பிரான்?

வள்ளிதனை மறந்துவிட்டு
வடிவேலன் சென்றாலும்
தெள்ளுதமிழ் மறவர்மகன்
தேவரைத்தான் மறப்பானா?

தெய்வானை தனைவெறுத்துத்
திருமுருகன் சென்றாலும்
கைநிறையப் பொருள்கொடுக்கும்
கண்ணியனை வெறுப்பானா?

மன்னவர்கள் கட்டிவைத்த
 மகத்தான கோயில்களைத்
தென்னவர்கள் கண்முன்னே
 திருத்தியவர் தேவரன்றோ!

தேனூறும் கேணியெனத்
 தினம்ஊறும் பெரும்பொருளை
வானூறும் முருகனுக்கே
 வழங்கியவர் தேவர்பிரான்!

நல்லோனை, தூயோனை
 நாணயத்தில் மிக்கோனைப்
பல்லாண்டு வாழவைப்பாய்
 பரம்பொருளே திருமுருகா!

✴

மங்களங்கள் கூடி மலர்களாலே
கஞ்சுகமா மோடியாக துவசுக்கவ
குஞ்சரங்கள் சுண்முனைகொள
இருதெய்வங்கள் தேவாரமோர் !

குஞ்சுகியிலைக்கி வழுதுகுகி
இலைசெற்றபயம் வழுதவனாதி
வாகுருசுக்குப வழுதுரைசகயம்
வாழ்ங்கிலவர் தேவாரங்கள் !

தேவரங்கள், இதயோனை
நாளாகதிகிய மலிந்தனனைய
பாபமனுக்கிய வாழுளையைபை
பாகுவடியே இருதுமடியாப !

☆